டிஜிட்டல் நிறங்கள்

(சினிமா கலர் க்ரேடிங் நூல்)

சி.ஜெ.ராஜ்குமார்

டிஸ்கவரி பப்ளிகேஷன்ஸ்

எண்: 9, பிளாட் எண்: 1080A, ரோஹிணி பிளாட்ஸ்,
முனுசாமி சாலை, கே.கே.நகர் மேற்கு,
சென்னை - 600 078. பேச: 99404 46650

வெளியீட்டு எண்: 0217

டிஜிட்டல் நிறங்கள் (தொழில்நுட்பம்),
ஆசிரியர்: சி.ஜெ.ராஜ்குமார்©
Digital Nirangal (Technology),
Author: **C.J.Rajkumar**©
Printed in India
1ˢᵗ Edition: Jan – 2023
ISBN : 978-93-95285-28-5
Pages – 104
Rs – 300

Publisher • Sales Rights

Discovery Publications	**Discovery Book Palace (P) Ltd**
No. 9, Plot,1080A, Rohini Flats, Munusamy Salai, K.K.Nagar West, Chennai - 78. Tamilnadu, India. Mobile: +91 99404 46650	No. 1055-B, Munusamy Salai, K.K.Nagar West, Chennai-600 078. Ph: (044) 4855 7525 Mobile: +91 87545 07070

இந்த நூலில் பிரசுரமாகியுள்ள எந்த ஒரு பகுதியையும் எழுத்துபூர்வமான முன்அனுமதி பெறாமல் எடுத்தாள்வதோ, மறுபிரசுரம் செய்வதோ, மொழியாக்கம் செய்வதோ, ஊடகங்களில் மறுபதிப்புச் செய்வதோ, காப்புரிமைச் சட்டப்படி தடை செய்யப்பட்டுள்ளது. இந்த நூலிலிருந்து சில பகுதிகளை மேற்கோள்காட்டி நூல்அறிமுகம் செய்யலாம்.

உங்கள் மொபைல் போனிலிருந்து ஸ்கேன் செய்து 'டிஸ்கவரி புக் பேலஸ்' மொபைல் ஆப்பை டவுன்லோடு செய்து, புத்தகங்களை வாங்குங்கள்.

இந்திய சினிமாவில் ஃபிலிம் ப்ராசஸிங் மற்றும் ஒளிப்பதிவுத்
துறையின் பின் தயாரிப்புப் பணிகளின் வளர்ச்சிக்குப்
பெரும் பங்காற்றிய திரு S. சிவராமன் அவர்களுக்கு!

என்னுரை

டிஜிட்டல் சினிமா காமிராக்களின் வருகைக்கு முன்னரே டிஜிட்டல் கலர் க்ரேடிங் என்ற நிறத்தேர்வு முறை திரைப்படத்துறைக்கு அறிமுகமானது. அப்போது ஃபிலிம் நெகடிவை டிஜிட்டல் முறைக்கு ஸ்கேன் செய்து கலர் க்ரேடிங் மென்பொருள் தொழில்நுட்பத்துடன் நிறத்தேர்வு செய்த பின்னர் ரிவர்ஸ் டெலிசினி (RT) மூலம் டிஜிட்டல் வடிவத்திலிருக்கும் அக்காட்சிகளை இண்டர்மீடியேட் (Intermediate) ஃபிலிமில் மீண்டும் மறுபதிவு செய்யப்படும். இதன் அடிப்படையில் அமைந்த பெயர்தான் டி.ஐ. (டிஜிட்டல் இண்டர்மீடியேட்).

ஃபிலிம் மூலம் பதிவு செய்தல் மற்றும் வெளியீட்டு முறையிலிருந்து டிஜிட்டல் தொழில்நுட்பத்திற்கு மாறிய பின்னும் கலர் க்ரேடிங்கிற்கு டி.ஐ. என்ற சொல் நடைமுறையில் இன்றளவிலும் பயன்படுத்தப்பட்டு வருகிறது.

டி.ஐ. என்ற வார்த்தையை டிஜிட்டல் இண்டர்மீடியேட் என்று பொருள் கொள்ளாமல் டிஜிட்டல் இமேஜிங் என்று புரிந்து கொள்வதுதான் சரியானது.

கடந்த சில ஆண்டுகளாகவே சக நண்பர்களான ஒளிப்பதிவாளர்கள் கலர் க்ரேடிங் தொழில்நுட்பத்தை மையப்படுத்தி ஒரு நூல் எழுத வேண்டும் என்று என்னிடம் கூறிவந்தனர். குறிப்பாக, ஓ.டி.டி. வெளியீட்டு முறை பிரபலமடைந்த பிறகு டிஜிட்டல் கலர் க்ரேடிங் தொழில்நுட்பம் பல்வேறு மாறுதல்களுக்கு உட்பட்டு வருகிறது.

இச்சூழலில் ஒரு ஒளிப்பதிவாளரின் பார்வையில் திரைப்பட உருவாக்கத்தில் கலர் க்ரேடிங் தொழில்நுட்பத்தின் பங்களிப்பை எளிமையான முறையில் எழுதவேண்டும் என்ற எண்ணத்தில் உருவானதுதான் இந்த நூல்.

எழுதத் துவங்கியதிலிருந்தே புத்தக உள்ளடக்கம் தொடர்பான பல்வேறு சவால்கள் இருந்தன. அச்சமயத்தில் ஒளிப்பதிவாளர் திரு.பி.சி.ஸ்ரீராம் அவர்கள் அளித்த ஊக்கம் முக்கியமானது. அவர் தொடுத்த கேள்விகளே எனக்கு விடைகளாக அமைந்தது.

கலர் க்ரேடிங் தொழில்நுட்பம் சார்ந்த முக்கியமான செய்திகளை என்னுடன் பகிர்ந்து கொண்டவர் நண்பர் கலரிஸ்ட் திரு. ஆண்டனி பெபின். அவர் அளித்த தொழில்நுட்பத் தகவல்கள் இப்புத்தக உருவாக்கத்திற்கு மிகவும் உதவிகரமாக இருந்தது.

ஒளிப்பதிவாளர்கள் ஓம் பிரகாஷ், ஜார்ஜ்.சி.வில்லியம்ஸ், எஸ்.ஆர். கதிர், சுஜித் சாரங், முரளி.ஜி ஆகியோர் தங்கள் திரைப்படங்களில் பயன்படுத்திய நிறக்கோட்பாடுகளை இப்புத்தகத்திற்காக அக்கறையுடன் பகிர்ந்தனர்.

டிஜிட்டல் ஃபிலிம் மாஸ்டரிங் பற்றி எழுதிய பின்னர் அதன் தகவல்களை சரிபார்த்த க்யூப் நிறுவனத்தைச் சார்ந்த நண்பர்கள் திரு. பிரபு மற்றும் திரு. சண்முகம் ஆகியோரின் ஈடுபாடு எனக்கு ஆச்சர்யத்தை அளித்தது.

தன் அனுபவத்தில் பெற்ற ஹெச்.டி.ஆர். பணித்தொடர் பற்றிய தொழில்நுட்ப தகவல்களை அளித்தார் நண்பர் கலரிஸ்ட் திரு. பிரசாத். இந்நூலுக்கு தகுந்த படங்களை சேகரிப்பதில் மிகுந்த ஆர்வத்துடன் உதவிய மாணவ நண்பர்கள் திரு. *P* அர்ஜூன் மற்றும் திரு. *R*. ராஜ்குமார் ஆகியோருக்கு எனது பாராட்டுதல்கள்.

அனைவருக்கும் நன்றி!

பல ஆண்டுகளாக எனது ஒளிப்பதிவு நூல்களைத் தொடர்ந்து பதிப்பித்து வருபவர் நண்பர் திரு. வேடியப்பன். அவரது சீரிய முயற்சியில் சென்னையின் முக்கிய அடையாளமாக அமைந்துள்ள டிஸ்கவரி புக் பேலஸ் மூலமாகவே எனது பத்தாவது நூலும் வெளிவருவதில் மகிழ்ச்சி.

வாசிக்கும் அனைவருக்கும் கலர் க்ரேடிங் தொழில்நுட்பத்தை எளிமையாகப் புரிந்து கொள்ள இந்நூல் நிச்சயம் உதவும் என்று நம்புகிறேன்.

சென்னை

ஜனவரி, 2023

சி.ஜெ.ராஜ்குமார்

ஒளிப்பதிவாளர்.

9025775455

முன்னுரை

ஒளிப்பதிவுத் துறையில் மாறிவரும் தொழில்நுட்பங்கள் பற்றியும் சந்தைக்கு வரும் புதிய கருவிகளைப் பற்றிய அனைத்துத் தகவல்களையும் பகிர்ந்து கொள்ளும் நண்பர் திரு.சி.ஜெ.ராஜ்குமார் அவர்களின் புதிய நூலான டிஜிட்டல் நிறங்கள் வாசிக்கும் வாய்ப்பு கிட்டியது.

போஸ்ட் ப்ரொடக்ஷன் பணிகளின் போது வண்ணச் சேர்ப்பு, வி.எஃப்.எக்ஸ் காட்சிகளின்போது பயன்படுத்த வேண்டிய தொழில்நுட்ப முறைகளின் விளக்கங்கள் மற்றும் கலைநயமிக்க காட்சிகளாக உருவாக்க மேற்கொள்ளப்பட வேண்டிய அனைத்து விவரங்களையும் பற்றி அனைவரும் எளிதில் புரிந்து கொள்ளும் வகையில் இந்நூலை வடிவமைத்துள்ளார்.

ஒளிப்பதிவாளர் தனது படத்தின் நிறங்கள் பற்றி ப்ரீ ப்ரொடக்ஷன் நிலையிலேயே தீர்மானித்துக் கொள்ளும் தொழில்நுட்பம் பற்றியும் விரிவாக விளக்கியுள்ளார்.

ஃபிலிமிலிருந்து சினிமா டிஜிட்டலுக்கு மாறியபோது அதன் தொழில்நுட்பம் குறித்த பல சந்தேகங்கள் நிலவின. இப்போதும் அதே போன்ற ஒரு நிலை ஓ.டி.டி. தளங்களின் வருகையினால் மீண்டும் ஏற்பட்டுள்ளது. இந்த மாற்றங்களுக்கேற்ற தொழில்நுட்பம் சார்ந்த தெளிவான விளக்கங்கள் நம்மிடம் இல்லை எனலாம்.

அனைத்து ஒளிப்பதிவாளர்களிடமும் இருக்க வேண்டிய இந்த புத்தகத்தில் இதற்கான விடைகளை அளித்திருப்பதோடு அவற்றை சிறப்பாக எப்படி கையாள்வது என்பது பற்றியும் எழுதியுள்ளார். ஒளிப்பதிவாளர்கள் தங்கள் திரைப்படத்தின் வண்ணச்சேர்ப்புப் பணியினை செம்மைப்படுத்திடவும் கலையுணர்வுடன் தமது ஒளிப்பதிவின் தரத்தை சிறப்பாக மேம்படுத்திடவும் வழிகாட்டியுள்ளார்.

வாழ்த்துக்கள்.

திரு. கார்த்திக் ராஜா

தலைவர்.

தென்னிந்திய ஒளிப்பதிவாளர்கள் சங்கம். *SICA*

பொருளடக்கம்

1.	டிஜிட்டல் நிறத்தேர்வு – அறிமுகம்	10
2.	நிறக்கோட்பாடு	15
3.	காமிரா எக்ஸ்போசர் மற்றும் கலர் க்ரேடிங்	26
4.	காமிரா ரிக்கார்டிங் ஃபைல்கள்	33
5.	டிஜிட்டல் கலர் கிரேடிங் தொழில்நுட்பம்	38
6.	கலர் ஸ்பேஸ்	44
7.	நிறத்தேர்வு முறை	50
8.	ஹெச்.டி.ஆர். க்ரேடிங்	63
9.	டிஜிட்டல் ஃபிலிம் மாஸ்டரிங்	67
10.	ஓ.டி.டி.	71
11.	கலர் க்ரேடிங் – காமிரா மற்றும் லென்ஸ் பரிசோதனைகள்	76
12.	காமிராக்கள்/கலர் மேட்சிங்	79
13.	ஒளிப்பதிவாளர்களும் நிறங்களும்	82
14.	பல்வேறு திரைப்படங்களில் இடம்பெற்ற ஃப்ரேம்களின் வண்ணத் தொகுப்புகள்	97

டிஜிட்டல் நிறத்தேர்வு

1. டிஜிட்டல் நிறத்தேர்வு – அறிமுகம்

திரைப்பட ஆக்கத்தில் பல்லாண்டுகளாக க்ரேடிங் என்னும் நிறத்தேர்வுத் தொழில்நுட்பம் பின் தயாரிப்புப் பணிகளில் ஒரு முக்கியமான அங்கமாக விளங்குகிறது.

திரைப்படங்களில் சில நிமிடங்களே இடம்பெறும் காட்சிகளைப் படமாக்குவதற்குக் கூட பலமணிநேரங்களோ அல்லது சில நாட்களோ தேவைப்படும். பொதுவாக, அவுட்டோர் படப்பிடிப்பின்போது சூரிய ஒளியே பிரதானமாகிறது. காட்சிகளை ஒளிப்பதிவு செய்யும்போது நேரம் கூடக்கூட ஒளி அளவில் மாறுதலடைவதோடு நிறத்திலும் அது பிரதிபலிக்கிறது.

மேலும், உட்புறப் படப்பிடிப்பின்போது ஒரு காட்சியை பல்வேறு ஷாட்டுகளின் மூலமாக படமாக்கும்போது மாறுபட்ட ஒளியமைப்பு முறையிலும் வெவ்வேறு

டிஜிட்டல் நிறங்கள்

ஃபோகல் லென்ந்த் கொண்ட லென்ஸ்கள் பயன்படுத்தப்படுவதால் சிறிய அளவிலான நிறமாற்றம் ஏற்படவே செய்கிறது.

அடிப்படையில் கலர் க்ரேடிங் தொழில்நுட்பம் என்பது காட்சிகளுக்கு ஒரு சீரான நிறம் மற்றும் வெளிச்சத்தன்மை அடையவே பயன்படுத்தப்படுகிறது.

திரைப்படத்தின் இறுதி படத்தொகுப்பு முடிந்த பின்னர் ஒளிப்பதிவாளர் நிறத்தேர்வுப் பணிக்கு அழைக்கப்படுவார்.

ஒரு திரைப்பட உருவாக்கம் என்றால் அதன் படப்பிடிப்பு, பல தட்பவெப்ப சூழ்நிலைகளிலும், பல நாட்களும் நடக்கும். அதனால் காட்சிகளை படமாக்கும்போது நிறத்தேர்வை மனதில் வைத்தே ஒளிப்பதிவாளர் காட்சிகளை பதிவு செய்வார். குறிப்பாக, டிஜிட்டல் ஒளிப்பதிவில் படமாக்கப்படும் ஹெச்.டி. 2கே, 4கே, 5கே, 8கே ரெசல்யூஷன் காட்சிகள் பெரும்பாலும், ரா ஃபைல்களாக இருப்பதால் நிறத்தேர்வு மையத்தில் அதனுடைய முழு நிறத்தன்மை அடையுமாறு வடிவமைக்கப்பட்டுள்ளது.

திரைப்படத்தின் நிறத்தேர்வுப் பணியில் மிக முக்கியமானவர் கலரிஸ்ட் *(colourist)*. அவருடன் இணைந்து கன்ஃபார்மிஸ்ட் *(confirmist)*, கிராஃபிக்ஸ் நிபுணர்கள் *(C.G.technicians)*, டி.ஐ. படத்தொகுப்பாளர்கள் *(DI editors)* என்று ஒரு குழுவே பணியாற்றுகிறது.

இவர்கள் அனைவரது முக்கிய குறிக்கோள், ஒளிப்பதிவாளரின் ரசனைக்கு ஏற்றவாறு அவர்களுடைய தொழில்நுட்பத் திறனை அளிப்பதேயாகும்.

டிஜிட்டல் நிறத்தேர்வுப் பணியைத் துவங்க முதலில் திரைப்படத்தின் மொத்தக் காட்சிகள் அடங்கிய ஹார்ட் டிஸ்க்குகளையும், படத்தொகுப்பாளர் கொடுக்கும் இ.டி. எல். *(EDL)* மற்றும் எடிட் செய்யப்பட்ட மாதிரி விடியோ காட்சிகள் *(Reference edit video)* ஆகியவற்றையும் நிறத்தேர்வு மையத்தில் கொடுக்க வேண்டும். கூடவே, புதிய

2 டி.பி. (2TB) யு.எஸ்.பி.3.0 (USB 3.0) அல்லது இ.சாட்டா (ESatta) வகை ஹார்ட் டிஸ்க்கையும் வாங்கிக் கொடுக்க வேண்டும்.

நிர்வாகத் தயாரிப்பாளர் (line producer)

ஒரு திரைப்படத்தின் நிறத்தேர்வுப் பணிக்காக கலரிஸ்டுடன் கலந்தாலோசித்து கால அட்டவணை தயார் செய்வதோடு தரக்கட்டுப்பாட்டு நிர்மாணம் செய்து உரிய நேரத்தில் வேலையை முடிக்க வேண்டிய முக்கியப் பொறுப்பு நிர்வாகத் தயாரிப்பாளரைச் சார்ந்தது. இவரது கட்டுப்பாட்டில்தான் மொத்தத் திரைப்படத்தின் நிறத்தேர்வுப் பணிகளும் நடைபெறுகின்றன.

கணினி நிர்வாக அமைப்பு (system administration)

நிறத்தேர்வு மையத்தில் தரவு ஆய்வாளர் பணி (data analyst) மிகவும் முக்கியமானது. மொத்தத் திரைப்படத்தின் காட்சிகள் ஹார்ட் டிஸ்கில் ஃபைல் வடிவத்தில் உள்ளதா இருக்கிறதா என்பதை சரிபார்த்த பின் எடிட் செய்யப்பட்ட ஷாட் க்ளிப்புகள் இ.டி. எல், ஏ.ஏ.எஃப்., எக்ஸ்.எம்.எல். (EDL, AAF, XML) ஆகிய ஏதாவது ஒரு விடியோ கோப்புகளின் உதவியுடன் ரீல் வாரியாக தரவுத்தாளில் (data sheet) குறிக்கப்படுகிறது.

படமாக்கப்பட்ட திரைப்படத்தின் மொத்த ஃபுட்டேஜ்களில் எடிட் செய்யப்பட்ட காட்சிகளின் ஃபுட்டேஜ் மிகவும் குறைவாகவே இருக்கும். அதன் காரணமாக தரவுத்தாளில் குறிக்கப்பட்ட இ.டி.எல். கோப்புகளின் வாயிலாகக் காட்சிகள் சர்வரில் சேமிக்கப்படுகின்றன.

கன்ஃபார்மிஸ்ட் (confirmist)

டி.ஐ. கூடத்தில் இவர்கள், காட்சிகளைத் திரட்டும் கலைஞன் (scene assemble artist), டி.ஐ.எடிட்டர், கன்ஃபார்மிஸ்ட் என்றும் அழைக்கபடுவர்.

படத்தொகுப்பாளர் படத்தொகுப்பு செய்த வரிசைப்படி இ.டி.எல். உதவியுடன் படத்தின் முழு ரெசல்யூஷனில் உள்ள காட்சிகளை வரிசைப்படுத்தி நிறத்தேர்வு அறையில் உள்ள கணினிக்கு அனுப்புவார் கன்ஃபார்மிஸ்ட்.

இந்த வேலை முடிய சுமார் நான்கு நாட்கள் முதல் ஒரு வாரம் வரை தேவைப்படும். அதன் பின்னரே ஒளிப்பதிவாளர் நிறத்தேர்வு மையத்திற்கு அழைக்கப்படுவார்.

பல்வேறு திட்ட அமைப்புகள் (project setting) பற்றி கலரிஸ்டுடன் கலந்தாலோசித்த பின்னர், கன்ஃபார்மிஸ்ட் உருவாக்க வேண்டியிருக்கும்.

அதில் மிகவும் முக்கியமானது ரெசல்யூஷன் மற்றும் ஃப்ரேம் ரேட்.

- 4096 x 2160 – 4கே
- 2048 x 1080 – 2கே
- 1920 x 1080 – ஃபுல் ஹெச்.டி.

மேலே குறிப்பிடப்பட்டவை பொதுவான ஒன்று. ஆனால் 4கே வை விட அதிக ரெசல்யூஷனில் காட்சிகள் படமாக்கப்பட்டிருந்தால் அக்குறிப்பிட்ட ரெசல்யூஷனில் கலர் க்ரேடிங் செய்யவே கலரிஸ்ட் விரும்புவார்.

ஆஃப் லைன் ஃபோல்டர் (*off line folder*) உருவாக்கப்படுகிறது. அதில் குறைந்த ரெசல்யூஷனில் எடிட் செய்யப்பட்ட ரெஃபரன்ஸ் விடியோ சேமிக்கப்படுகிறது. ஒளிப்பதிவாளர் கலரிஸ்ட் ஆகியோர் திரைப்படக்காட்சிகளின் கோர்வையைப் பார்ப்பதற்கு இது பயன்படும்.

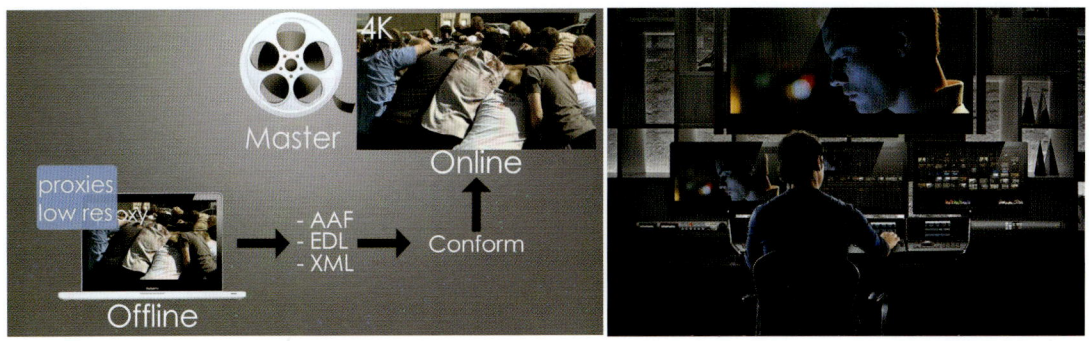

ஒரு படத்தொகுப்பாளரின் பணியை கலர் க்ரேடிங்கிற்கு பிறகு கன்ஃபார்மிஸ்ட் செய்ய வேண்டும்.

திரைப்படங்களில் படத்தொகுப்பாளர் ஆப்டிக்கல் இஃபெக்ட்ஸ் போன்ற உத்திகளை பயன்படுத்தியிருப்பார்.

க்ரேடிங் செய்யப்பட்ட காட்சிகளுக்குத் திரைப்படத்தின் படத்தொகுப்பாளர் பயன்படுத்தியுள்ள அதே தொழில்நுட்பத்தை மிகச்சரியாக செய்யும் பொறுப்பு கன்ஃபார்மிஸ்டைச் சாரும்.

கலரிஸ்ட்

திரைப்படங்களில் பின்தயாரிப்புப் பணிகளில் முக்கியமானவர் கலரிஸ்ட். இவரை வண்ண நெறியாளர் என்றும் அழைக்கலாம்.

இவர் ஒளிப்பதிவாளருடன் இணைந்து விஷுவல் தோற்றத்தை உருவாக்கி வண்ணத் தரப்படுத்துதலில் பொருத்தமான கருவிகளைப் பயன்படுத்துவதோடு கன்ஃபார்மிஸ்ட், கிராஃபிக்ஸ் வல்லுநர்கள், படத்தொகுப்பாளர் ஆகிய அனைவருக்கும் மையத் தொடர்பாளராகவும் செயல்படுவார்.

ஒரு படைப்பிற்கு நிறத்தேர்வு செய்வதுடன் அதன் வெளியீட்டு முறையையும் கலரிஸ்ட் கவனத்தில் கொள்ள வேண்டும். உதாரணத்திற்கு, அத்திரைப்படம் திரையரங்குகளில் வெளியாகிறதா அல்லது ஓ.டி.டி. போன்ற தளங்களில் வெளியிடப்படுகிறதா அல்லது இரண்டிலுமே என்றால் அதற்கு ஏற்றாற்போல் தன் தொழில்நுட்ப வழிமுறையை அமைக்கும் திறன் உள்ளவராக இருக்க வேண்டும்.

நிறக்கோட்பாடு

2. நிறக்கோட்பாடு

முக்கியமான மூன்று வண்ணங்களை (சிவப்பு, நீலம், பச்சை) ஆதாரமாகக் கொண்டுள்ளது. இவ்வண்ணங்களில் ஒன்றுடன் மற்றொன்றைச் சேர்க்கும்போது மற்ற நிறங்கள் உருவாக்கப்படுகின்றன.

- ❖ மூன்று வண்ணங்களை சரியான விகிதத்தில் சேர்க்கும்போது வெள்ளை நிறம் உருவாகிறது.
- ❖ சிவப்பு மற்றும் பச்சை வண்ணங்களைச் சேர்க்கும்போது மஞ்சள் நிறம் உருவாகிறது.

சி.ஜெ.ராஜ்குமார்

- பச்சை மற்றும் நீல நிறங்களை இணைக்கும்போது மயில் நீல நிறம் (cyan) உருவாகிறது.
- சிவப்பையும் நீல நிறத்தையும் சம அளவில் சேர்க்கும்போது கருஞ்சிவப்பு (magenta) நிறம் உருவாகிறது.

முதன்மை நிறங்களாக சிவப்பு (red), நீலம் (blue), பச்சை (green) ஆகியவை அறியப்படுகின்றன.

மஞ்சள் (yellow), மயில் நீலம் (cyan), கருஞ்சிவப்பு (magenta) ஆகியவை இரண்டாம் நிலை வண்ணங்களாகும்.

வண்ண அளவுகோல் (Colour Intensity)

நிறங்களின் அளவுகோலானது அதன் சாயலின் ஒளிர்வு மற்றும் இருண்ட தன்மைக்கு ஏற்றவாறு மாறுபடுகிறது. சிவப்பு, மஞ்சள் மற்றும் பச்சை போன்ற நிறங்கள். அதிக அடர்த்திக் கொண்டவை.

சாம்பல், பழுப்பு மற்றும் இருண்ட சாயல் கொண்ட நிறங்கள் குறைந்த அடர்த்தியுள்ளவையாகக் கருதப்படுகிறது.

நிறச்சாயல் (Hue)

சாயல் என்பது நாம் காணக்கூடிய வண்ணங்களின் தோற்றத்தைக் குறிக்கிறது.

நிறத்தின் தன்மையை அறிய அதன் சாயல்களில் உள்ள அலைவரிசை காரணமாகிறது.

முதன்மை மற்றும் இரண்டாம் நிலை நிறங்கள் (மஞ்சள், ஆரஞ்சு, சிவப்பு, வயலட், நீலம் மற்றும் பச்சை) சாயல்களாகக் கருதப்படுகின்றன.

நிறச்செறிவு (Colour Saturation)

நிறமானது ஒவ்வொரு ஒளியின் தன்மை மற்றும் சீதோஷ்ண நிலைக்கு ஏற்றவாறு நிறச்செறிவு மாறும்.

செழிப்பான நிறங்களின் தன்மைகள்

- திடமானவை (strong)
- வண்ணச்செறிவு (saturated)
- ஆழமானவை (intense)
- ஆர்ப்பாட்டமானவை (exuberant)
- வண்ணமயமானவை (colourful)

ஆர்ப்பாட்டமில்லா நிறங்களின் தன்மைகள்

- நுட்பமான (nuance)
- மெல்லிய (subtle)
- வெளிறிப்போன (pale)
- பன்முகத்தன்மை (multi layered)

ஒரே நிறம், அதன் தன்மை பகல் வெளிச்சத்தில் ஒரு மாதிரியும் இரவு வெளிச்சத்தில் வேறுபடவும் செய்கிறது.

நிறத்தில் வெண்மை கூடும் போது பளீர் என்று இருக்கும். அதே நிறத்தில் கொஞ்சம் கருமை சேரும்போது இருண்டு காணப்படும்.

பொதுவாக, அதிக ஒளியிலும் குறைந்த ஒளியிலும் நிறச்செறிவு சிறப்பாக இருக்காது. ஆனால், மென்மையான ஒளியில் நிறச்செறிவு அதிகமாக இருக்கும்.

உதாரணம்: மேகமூட்டத்துடன் இருக்கும்போது பூக்களைப் படமாக்கினால் நிழல் படியாமல் சிறந்த நிறச்செறிவு அடைய முடியும்.

ஒளிர்வு (Luminance)

குறிப்பிட்ட பொருளோ அல்லது கூறுகளோ ஒளியை எவ்வளவு உள்வாங்கி அதை பிரதிபலிக்கிறது என்பதைப் பொறுத்து ஒளிர்வைத் தீர்மானிக்க முடியும்.

ஒளியை பிரதிபலித்தால் அதிக ஒளிர்வு பெறும்.

ஒவ்வொரு நிறத்திற்கும் ஒளிர்வுத் தன்மை வேறுபடும். நீல நிறம், மஞ்சள் நிறத்தை விடக் குறைவான ஒளிர்வு பெறும்.

நிறம் ஒளிப்படத்தின் உணர்வுகளை மட்டும் பிரதிபலிப்பதில்லை. அதன் கட்டமைப்பிலும் ஆதிக்கம் செலுத்துகிறது.

நிறங்களை எளிதாக இரண்டு வகையாகப் பிரிக்கலாம்.

- வெப்பமான (*warm*) நிறங்கள்.
- குளிர்ச்சியான (*cool*) நிறங்கள்.

சிவப்பு, மஞ்சள், ஆரஞ்சு ஆகிய நிறங்கள் வெப்பம் சார்ந்த நிறங்கள். இவை மகிழ்ச்சி, ஆபத்து, ஏன் பசியைக்கூட தூண்டக்கூடியவை. பொதுவாக, பல உணவு விளம்பரங்களில் மஞ்சள் மற்றும் சிவப்பு நிறத்தை அதிகமாகப் பயன்படுத்துகின்றனர்.

குளிர்ச்சியான நிறங்களாக பச்சை, நீலம் ஆகியவை அமைதி, பயணம் ஆகிய உணர்வுகளுக்கு இட்டுச் செல்லும்.

எர்த் டோன், அதாவது மண் நிறங்களை அடிப்படையாக கொண்டவை கபிலம் (*brown*), சாம்பல் (*grey*). இவை உறுதியான தோற்றத்தை அளிக்கக்கூடியவை. அதே போல மென்சோகத்தையும் வரவழைக்கக்கூடியவை.

ஒளிப்படப்பதிவில் நிறங்களைத் தேர்வு செய்வது ஒரு கலை என்றால், அவற்றை ஒருங்கிணைப்பதும் மிக முக்கியமானதாகும்.

- மஞ்சள் நிறப்பூக்களை நீல நிறப்பின்னணியில் படமாக்கும்போது அது மிகவும் சிறப்பாக அமைந்து விடுகிறது. அதற்குக் காரணம், மஞ்சள், நீலம் ஆகியவை ஒத்திசைவு நிறங்களாகும்.
- ஒளிப்படப்பதிவில் சட்டகம் முழுக்க ஒருமை நிறத்தோடு பதிவு செய்வது.

உதாரணம்: சட்டகம் முழுக்க பசிய வயல்வெளி.

- சட்டகத்தில் இரண்டு அல்லது மூன்று அருகாமை அல்லது ஒப்பான நிறங்களைப் பயன்படுத்துதல்.

- ❖ உதாரணம்: சிவப்பு நிறத்துடன் ஊதா நிறத்தைச் சேர்ப்பது.
- ❖ பிரகாசமான நிறங்களை மந்தமான நிறப்பின்னணியில் படமாக்கும்போது ஒரு கவன ஈர்ப்பை ஏற்படுத்த முடியும்.
- ❖ உதாரணம்: சாம்பல் நிறப் பின்னணியில் ஆரஞ்சு நிறக்கூறுகளை படமாக்குவது.
- ❖ சில சமயம் சட்டகத்தில் குறைந்த நிறச்செறிவுடன் படமாக்குவது. அதற்கு வெண்மை, சாம்பல், கருப்பு நிறங்களைப் பயன்படுத்துவது சிறப்பாக இருக்கும்.

ஒளிப்படக்கலையில் செழிப்பான நிறங்கள் (rich colours), ஆர்ப்பாட்டமில்லா நிறங்கள் (restrained colours) மதிப்பீடுகளில் பொதுவானவை.

உலகில் லட்சக்கணக்கான நிறங்கள் உள்ளன. அதனால், அடிப்படை நிறங்களையும் அதன் பயன்களையும் அறிந்து கொள்ளும்போது மற்ற நிறங்களை நம் ரசனைக்கேற்றவாறு நினைவில் கொண்டு பயன்படுத்த முடியும்.

சாயல் (hue) – ஒரு குறிப்பிட்ட நிறம்

நிறத்தன்மை (shade) – ஒரு குறிப்பிட்ட நிறத்தின் இருண்ட பதிப்பு

டின்ட் (tint) – ஒரு குறிப்பிட்ட நிறத்தின் இலகுவான பதிப்பு

ஒற்றைக்குழு நிறங்கள் (monochromatic colour)

ஒரே நிறத்தில் பல சாயல்களைக் கொண்டவை ஒற்றைக்குழு நிறங்கள். இவை மாறுபட்ட தொனிகளால் (tonal range) ஒரே நிறம் பல்வேறு சாயல்களை அடைகிறது.

திரைப்படக்காட்சியில் மோனோக்ரோம் நிறக்கோட்பாடுகளை பயன்படுத்துவதால் மென்மையான ஒத்திசைவான தோற்றத்தை உருவாக்குகிறது.

எதிர் நிறங்கள் (complimentary colours)

வண்ணச்சக்கரத்தில் ஒன்றுக்கொன்று எதிர் திசையில் இருப்பவை காம்ப்ளிமெண்ட்ரி நிறங்கள் என்று அறியப்படுகிறது.

ஃப்ரேமில் எதிர் நிறங்களை அடுத்தடுத்து அமைத்தால் அவ்வண்ணங்கள் வலுவான மாறுபாட்டை உருவாக்கும். அதாவது காண்ட்ராஸ்ட் கலர் அமைப்புப் பெறும்.

உதாரணம்:

- ❖ பச்சை – சிவப்பு ❖ மஞ்சள் – ஊதா
- ❖ நீலம் – ஆரஞ்சு ❖ சிவப்பு – ஊதா ❖ மெஜந்தா – பச்சை

முக்கோண நிறங்கள் (triadic colours)

வண்ணச்சக்கரத்தில் எதிரெதிரே உள்ள மூன்று நிறங்களைப் பயன்படுத்தும் முறை ட்ரையாடிக் கலர்ஸ் என்று அழைக்கப்படுகிறது. இவ்வண்ண முறையால் துடிப்பான உணர்வை உருவாக்க முடியும்.

முக்கோண நிற உதாரணம்

முக்கோண நிறங்களை பயன்படுத்தும் பிரபல ப்ராண்டுகள், ஃபையர் ஃபாக்ஸ், பர்கர் கிங், ஃபேண்டா.

- சிவப்பு – மஞ்சள் மற்றும் நீலம்
- ஊதா நீலம் – பச்சை மற்றும் ஆரஞ்சு
- ஊதா நீலம் – ஆரஞ்சு சிவப்பு, பச்சை மஞ்சள்
- ஊதா சிவப்பு – மஞ்சள் ஆரஞ்சு, நீலப்பச்சை

அனலாக் நிறங்கள் (analog colours)

நிறங்கள் வண்ணச்சக்கரத்தில் அடுத்தடுத்து இருக்கும்பட்சத்தில் அவை ஒத்திசைவு நிறங்களாகின்றன. காதல், ஆடம்பரம் போன்ற உணர்வுகளை வெளிப்படுத்த அனலாக் நிறங்கள் உதவுகின்றன. உதாரணமாக, பச்சை மற்றும் நீலம் ஆகிய நிறங்களைக் கூட்டமைக்கும்போது ஓர் அமைதியான காட்சி வடிவம் பெற முடியும்.

உதாரணம்

- மஞ்சள், பச்சை மஞ்சள் மற்றும் பச்சை
- ஊதா, ஊதா சிவப்பு மற்றும் சிவப்பு
- சிவப்பு, ஆரஞ்சு சிவப்பு மற்றும் ஆரஞ்சு
- நீலம், ஊதா நீலம் மற்றும் ஊதா

நடுநிலை நிறங்கள் (neutral colours)

வெள்ளை, கருப்பு மற்றும் சாம்பல் வண்ணங்களை எந்த ஒரு நிறத்துடனும் பயன்படுத்தும்போது நிறக்கோட்பாடு மாறுவதில்லை. அதன் காரணமாக இந்த மூன்று நிறங்கள் நடுநிலை நிறங்களாகக் கருதப்படுகிறது.

வெள்ளை, கருப்பு மற்றும் சாம்பல் நிறங்களைப் பயன்படுத்தும்போது கண்களுக்கு மென்மையாக இருப்பதோடு பாதுகாப்பான உணர்வையும் ஏற்படுத்துகிறது.

எதிர்பிளவு நிறங்கள் (split complimentary colours)

ஒரு முதன்மை நிறத்தையும் இரண்டு இரண்டாம் நிலை நிறங்களையும் பயன்படுத்தும்போது எதிர்பிளவு நிறக்கோட்பாட்டினை அடைய முடியும்.

உதாரணங்கள்

- சிவப்பு, நீலப்பச்சை, மஞ்சள் பச்சை
- ஆரஞ்சு, ஊதா நீலம், நீலப்பச்சை
- ஆரஞ்சு, சிவப்பு, நீலப்பச்சை
- ஊதா சிவப்பு, மஞ்சள், பச்சை
- மஞ்சள் ஆரஞ்சு, ஊதா, நீலம்
- மஞ்சள், ஊதா நீலம், ஊதா சிவப்பு

நிறங்களும் உளவியலும்

நிறங்கள் எவ்வாறான பாதிப்புகளை மனிதனிடம் ஏற்படுத்தும் என்பதை அறியத்தருகிறது வண்ண உளவியல்.

வண்ணங்கள் தனிப்பட்ட ரசனையைச் சார்ந்தவை. மேலும், வெவ்வேறு கலாச்சாரங்களில் அதன் தாக்கம் மாறுபடவும் செய்கிறது.

முக்கியமான வண்ணங்களின் அடிப்படை தத்துவத்தை அறிந்து கொள்வதால் திரைப்படத்தில் அவற்றைச் சரியாக பயன்படுத்தும்போது முக்கியமான உணர்வுகளை பார்வையாளர்களுக்குக் கடத்த முடியும்.

நீல நிறம்

- நீர், வானம் மற்றும் அமைதியுடன் தொடர் புடையது.
- பெரும்பாலும் அலுவலகங்களில் பயன் படுத்தப்படுகிறது.
- மாயத்தன்மையை உருவாக்கவல்லது.
- இரவு நேரத்தைக் குறிக்கிறது.
- பள்ளிச்சீருடைக்கானதும் கூட.
- உறைவு நிலை.

சி.ஜெ.ராஜ்குமார்

சிவப்பு நிறம்

- ❖ கம்யூனிசத்திற்கான அடையாளம் சிவப்பு.
- ❖ வலுவான உணர்வுகளை உருவாக்கும்.
- ❖ பசியை தூண்டும் நிறம்.
- ❖ சிவப்பு ரோஜாக்கள் காதல், அன்பை குறிப்பன.
- ❖ ஆபத்துடன் தொடர்புடைய நிறம் சிவப்பு.
- ❖ இரத்தம், வன்முறை ஆகியவற்றை நேரடியாக மனிதில் பதியவைக்கும் நிறம்.
- ❖ போர்.

பச்சை நிறம்

- ❖ ஆரோக்கியம்.
- ❖ அமைதி.
- ❖ இயற்கை.
- ❖ உணவு.
- ❖ வளர்ச்சி.

இயக்குநர் பாலாவின் சேது திரைப்படத்தில், ஒளிப்பதிவாளர் ரத்னவேலு பாண்டிமடக் காட்சிகளில் கதாநாயகனின் மனம் பிறழ்ந்த நிலையைக் காட்சிப்படுத்த பச்சை நிறத்தொனியை கலர் க்ரேடிங்கில் பயன்படுத்தினார்.

மஞ்சள் நிறம்

- ❖ திடமான நிறம்.
- ❖ மருத்துவத்தன்மை.
- ❖ சூரிய ஒளி.
- ❖ கோடை காலம்.
- ❖ பார்வையாளர்களின் கவனத்தை ஈர்க்கும் நிறம்.

இளஞ்சிவப்பு நிறம்

- பெண்மை.
- நுண்ணுணர்வு.
- திருவிழாக்கோலம்.
- ஆர்வம்.
- அப்பாவித்தனம்.

உலகெங்கும் பல்வேறு சிறைச்சாலைகளில் கைதிகளின் மனதில் அமைதியை ஏற்படுத்த, சீர்திருத்த நடவடிக்கைகளில் இளஞ்சிவப்பு நிறத்தைப் பயன்படுத்துகின்றனர்.

வெண்மை நிறம்

- தூய்மை. ❖ வெறுமை. ❖ பாதுகாப்பு.
- பிரகாசம். ❖ சுவர்கள். ❖பிறப்பு/ இறப்பு
- கனவு.

பின்னணியில் வெண்ணிறத்தைப் பயன்படுத்தும்போது ஃப்ரேமில் ஒரு விசாலமான தோற்றத்தை உருவாக்குகிறது. திரைப்படங்களில் சிறிய அரங்கில் படமாக்கும்போது பின்னணியில் வெண்மை நிறம் இருப்பதுபோல் அமைத்தால் ஓர் அகன்ற பார்வை இலக்கை உருவாக்கும்.

பழுப்பு நிறம்

- பூமி / நிலம்.
- சலிப்பு.
- நம்பகத்தன்மை.
- பழமை.
- ஸ்கின் டோன் / தோல் நிறம்
- அழுக்கு / சேற்றின் நிறம்.

ஆரஞ்சு நிறம்

- எச்சரிக்கை உணர்வு.
- குதூகலம்.
- வெதுவெதுப்பு.
- ஆற்றல்.
- சுயம்.

கருப்பு நிறம்
- ❖ இருட்டு.
- ❖ மர்மம்.
- ❖ ஆடம்பரம்.
- ❖ தீங்கு.
- ❖ அதிகாரம்.
- ❖ முடிவு.

வெள்ளி நிறம்
- ❖ கவர்ச்சி.
- ❖ உயர் தொழில்நுட்பம்.
- ❖ ஒளிர்வு.
- ❖ திரை.

சாம்பல் நிறம்
- ❖ நடுநிலைத் தோற்றம்.
- ❖ பின்னணி
- ❖ மந்தமான நிலை
- ❖ கற்கள்

காமிரா எக்ஸ்போசர் மற்றும் கலர் க்ரேடிங்

3. காமிரா எக்ஸ்போசர் மற்றும் கலர் க்ரேடிங்

ஒளிப்பதிவாளர் காட்சிகளை காமிராவில் சரியான எக்ஸ்போசர் வைத்து படமாக்கும்போதுதான் நிறத்தேர்வு மையத்தில் அதாவது கலர் க்ரேடிங்கில் தான் கற்பனை செய்த வண்ணத்தோற்றத்தை உருவாக்க முடியும்.

க்ரேடிங் செய்யும்போது சற்று ஒளிர்வை, நிறங்களை கட்டுப்படுத்த முடியும். ஆனால் சரியான எக்ஸ்போசர் இல்லாத காட்சிகளை நிச்சயம் கலர் க்ரேடிங்கில் மேம்படுத்தவோ அல்லது அடிப்படைத் தரத்தை அடையவோ முடியாது.

நாம் படமாக்கும் காட்சிக்கு சரியான எக்ஸ்போசர் தேர்வு செய்வதன் மூலம்தான் தனித்தன்மை அடைய முடியும்.

சரியான எக்ஸ்போசர் இல்லாவிட்டால் காட்சியின் தன்மை சிறப்பாக இருந்தாலும் வெளிப்படாமல் போய்விடும்.

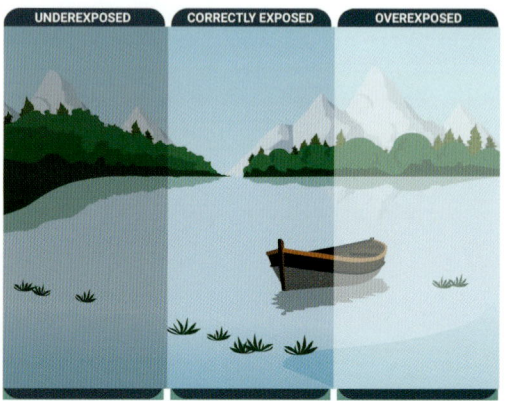

எக்ஸ்போசர் பற்றி மதிப்பிடும்போது

- ❖ சரியான எக்ஸ்போசர் (correct exposure) ❖ அண்டர் எக்ஸ்போசர் (under exposure)
- ❖ ஓவர் எக்ஸ்போசர் (over exposure) என்று மதிப்பிடப்படுகிறது.

டிஜிட்டல் நிறங்கள்

சரியான எக்ஸ்போசர் (correct exposure):

வெளிச்சப் பகுதியையும் இருண்ட பகுதியையும் சரியான விகிதத்தில் கணக்கிட்டுப் பதிவு செய்தால் நல்ல நிறத்தன்மை மற்றும் காண்ட்ராஸ்ட் (contrast) அடைய முடியும்.

சரியான எக்ஸ்போசர் என்பது வெளிச்சம், மிட்டோன் மற்றும் இருண்ட பகுதிகளில் உள்ள ஒளி அளவு சரியாக இருப்பதேயாகும்.

அண்டர் எக்ஸ்போசர் (under exposure):

குறைவான ஒளி மதிப்பீட்டின் வெளிப்பாடே அண்டர் எக்ஸ்போசர் ஆகும். காமிராவில் உள்ள அப்பர்சர் மற்றும் ஷட்டர் வேகத்தை காட்சியின் வெளிச்சத்தை சரியாக உணராமல் அல்லது குறைந்த ஒளியை காமிராவில் பதிவு செய்யும் போது ஒளிப்படத்தில் நிறம் மற்றும் காண்ட்ராஸ்ட் பாதிக்கப்படும்.

ஓவர் எக்ஸ்போசர் (over exposure):

ஒளி அளவை சரியாக மதிப்பிடாமல், தேவைக்கு அதிகமான ஒளியை காமிராவில் பதிவு செய்தால் ஓவர் எக்ஸ்போசர் ஆகும்.

ஓவர் எக்ஸ்போசர், நாம் பதிவு செய்தவற்றை வெளுப்பாக்கிவிடும்.

ஆன்சல் ஆடம்ஸ் எக்ஸ்போசர் மண்டல அமைப்பு (zone system by Ansel Adams)

எக்ஸ்போசர் பற்றிய தொழில்நுட்பப் புரிதல் மிகவும் முக்கியமானது. காமிரா அறிஞர் ஆன்சல் ஆடம்ஸ், ஜோன் சிஸ்டம் என்ற நுட்பத்தை உலகிற்கு அறிமுகப்படுத்தினார். ஒளியின் அளவுகோலை பத்து மண்டலங்களாகப் பிரித்தார்.

இதன் மூலம் நாம் படமாக்கும் ஃபிரேமில் ஒவ்வொரு பகுதியின் வெளிச்சம் மற்றும் இருள் எந்த மண்டலத்தைச் சார்ந்தது என்பதை எளிதாக அறிய இயலும்.

- 0 மண்டலம் – முற்றிலும் கருமை நிறம் மற்றும் இருட்டு.
- 1 மண்டலம் – இருண்ட பகுதி சிறிய வெளிச்சத்தால் தெரியும் விவரங்கள்.
- 2 மண்டலம் – அடர் நிழற்பகுதி சற்று வெளிச்சத்துடன்.
- 3 மண்டலம் – நிழற்பகுதி போதிய வெளிச்சத்துடன் இருப்பது (இருண்ட பாறைகள், கருமை நிற விலங்குகள்).
- 4 மண்டலம் – நிழற்பகுதி நல்ல வெளிச்சத்துடன் இருப்பது (மரத்தின் மீது நிழல், மென்மையான நிழல்கள், ஊதா நிறம், கருமையான இலைகள்).

5 மண்டலம் – நடுநிலையான பகுதி (சாம்பல் நிறம், பச்சை நிறம், நீலவானம்).

6 மண்டலம் – வெளிர் நிறங்கள், மந்தமான மேகங்களின் வெளிச்சம்.

7 மண்டலம் – பிரகாசமான வானம், நேரடி சூரிய ஒளி, பனி படர்ந்த பகுதி.

8 மண்டலம் – வெளிச்சப் பகுதி, கொஞ்சம் விவரங்களுடன் காணப்படும்.

9 மண்டலம் – மிகவும் அதிக ஒளி.

10 மண்டலம் – முழு வெண்மை, விவரங்களற்றுக் காணப்படும். அதாவது ப்ளீச் ஆன தோற்றத்தை அளிக்கக்கூடியது.

மேற்கண்டவற்றை முழுவதுமாக அறிந்துவிட்டால் ஒளிப்பதிவாளர் ஃப்ரேமில் எந்த பகுதிக்கு எக்ஸ்போசர் வைத்தால் நடுநிலைமையுடனும் மற்றவை எவ்வாறு தோற்றமளிக்கும் என்றும் எளிதாக வரையறுக்க முடியும்.

ஹிஸ்டோகிராம்

டிஜிட்டல் காமிரா தொழில்நுட்பத்தின் மேலும் ஒரு முக்கிய அமைப்பு ஹிஸ்டோக்ராம்.

டிஜிட்டல் காமிரா ஒளியின் தொனி (*light tones*) அடிப்படையில் ஒரு வரைபடத்தை (*graph*) உருவாக்குகிறது. காமிராவின் பிராஸஸர் நாம் பதிவு செய்யும் பிக்சல்களின் ஒளிர்வை, இருண்ட கருநிறப் பகுதியை பூஜ்யத்திலிருந்து முழு வெண்மைப் பகுதியை 255 ஆக பிரிக்கிறது (*0 – 255 scale*). இதன் அடிப்படையில் ஹிஸ்டோகிராம் என்ற வரைபடத்தில் செங்குத்தான கோடுகள் உருவாகிறது.

இடது பக்கக் கோடுகள் – இருண்ட பகுதியாகவும்

வலது பக்கக் கோடுகள் – வெளிச்சப் பகுதியாகவும்

அறியப்படுகிறது.

நாம் காட்சிக்குத் தேவையான எக்ஸ்போசர் வைத்த பின்னர் காமிராவின் ஹிஸ்டோகிராம் பார்த்தால் கோடுகள் மலை போன்ற வடிவத்தில் நடுப்பகுதியில் மையம் கொண்டால் சரியான எக்ஸ்போசராகக் கருதப்படுகிறது.

இடது பக்கம் கோடுகள் சாய்ந்தால் சட்டகத்தில் இருண்ட பகுதியையோ அல்லது தேவைக்குக் குறைவான எக்ஸ்போசர் உள்ளதாக கருத்தில் கொள்ளலாம்.

வலது பக்கம் கோடுகள் சாய்ந்தால் நாம் பதிவு செய்வதில் வெளிச்சப் பகுதிகள் அதிகம் இருக்கலாம். அல்லது, தேவைக்கு அதிகமான எக்ஸ்போசர் (*over exposure*) இருப்பதாகக் கருதலாம்.

ஆக, ஹிஸ்டோகிராம் மூலம் எக்ஸ்போசர் பற்றி சரியான தீர்வை அடைய முடியாது.

ஏனென்றால், இரவு நேரத்தில் விளக்கு எரிவதாக ஒளிப்படத்தை பதிவு செய்யும்போது, சட்டகத்தில் இருண்ட பகுதியை கணக்கிட்டு சரியான எக்ஸ்போசர் இருந்தாலும் ஹிஸ்டோகிராம் கோடுகள் இடது பக்கமே சாயும்.

அதே போல கடற்கரையைப் படமாக்கும்போதும் வெளிச்சப்பகுதி அதிகம் இருப்பதால், சரியான ஒளி மதிப்பீடு இருந்தாலும் கோடுகள் வலது பக்கமே சாய்ந்துவிடும். இதை நாம் ஓவர் எக்ஸ்போசர் என்று நினைத்துவிடக்கூடாது.

28 டிஜிட்டல் நிறங்கள்

ஹிஸ்டோகிராம் மூலம் சட்டகத்தில் ஓரளவு மட்டுமே நாம் படமாக்கும் எக்ஸ்போசர் பற்றிய மதிப்பீடு செய்ய முடியும். ஆனால், காட்சியில் இருண்ட பகுதியையும், வெளிச்சப் பகுதியையும், அதாவது ஒளியின் தொனி பற்றி கணக்கிட முடியும்.

ஃபால்ஸ் கலர் (false colour)

காமிரா டிஸ்ப்ளே மானிட்டரில் ஒரு பொத்தானை அழுத்துவதன் மூலமாக ஃப்ரேமில் எக்ஸ்போசர் பற்றிய தகவல்களை எளிதாகக் காணலாம்.

ஒளிப்பதிவாளர்களுக்கு முக்கியமானது காமிரா/லென்ஸ் மூலம் எக்ஸ்போசர் வைத்த பிறகு ஃப்ரேமில் எந்தப் பகுதி ஓவர் மற்றும் அண்டர் எக்ஸ்போசர் என்பதை அறிந்து கொள்வதே.

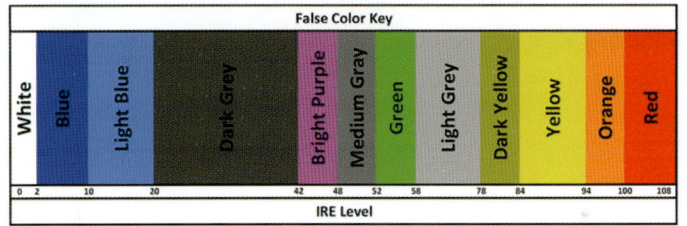

காமிரா மானிட்டரில் ஃபால்ஸ் கலர் பொத்தான் அழுத்தும் போது:

ஃப்ரேமில் உள்ள இமேஜ் கருப்பு/வெள்ளை, பச்சை நிறத்தில் தோன்றும் பகுதிகள் சரியான எக்ஸ்போசர் கொண்டுள்ளது என்றறிக.

ஃப்ரேமில் சிவப்பு நிறத்தில் இருக்கும் பகுதிகள் ஓவர் எக்ஸ்போசர் ஆகும். அப்பகுதிகளின் கலர் க்ரேடிங்கில் ஒளிர்வை மட்டுப்படுத்த இயலாது.

ஃப்ரேம்களில் ஊதா நிறம் தோன்றும் பகுதிகள் மிகவும் இருண்டதாகவும் அண்டர் எக்ஸ்போஸ்டாகவும் கருதவேண்டும். இப்பகுதிகளை கலர் க்ரேடிங்கில் சற்று டீட்டெய்ல்ஸ் *(details)* கொண்டு வர முயற்சி செய்தால் புள்ளிகளும் கருமை நிற பாதிப்பும் ஏற்பட வாய்ப்புண்டு.

ஃபால்ஸ் கலர் மூலமாக ஃப்ரேமில் சிவப்பு மற்றும் ஊதா நிறம் தோன்றினால் அப்பகுதிகளில் கலர் க்ரேடிங் மூலம் சரி செய்யவோ மெருகேற்றவோ முடியாது.

கலர் கிரேடிங்கில் வெக்டார் ஸ்கோப்/வேவ் ஃபார்ம் *(vector scope /wave form)*

கலரிஸ்டிகளுக்கு காட்சிகளின் எக்ஸ்போசர், நிறம் மற்றும் அதன் தன்மைகளை தொழில்நுட்பத்துடன் அறிய உதவுகிறது. வெக்டார் ஸ்கோப் மற்றும் வேவ் ஃபார்ம்

கிராஃப்கள். இவை கலர் க்ரேடிங் மானிட்டர்களின் வண்ணச்சக்கரம் ஆகியவற்றுடன் டிஸ்ப்ளேயில் தெரியும்.

வெக்டார் ஸ்கோப்

இந்த விடியோ ஸ்கோப்பானது காட்சிகளின் நிறப்பண்புகளைப் பற்றிய கூடுதல் தகவல்களை வழங்குகிறது.

வெக்டார் ஸ்கோப்பில் பதிவு செய்யப்பட்ட காட்சிகளின் சாயல் மற்றும் நிறச்செறிவு குறித்த அடையாளங்கள் உள்ளன.

அதன் அடையாளங்கள் வெக்டார் ஸ்கோப் வட்டத்தில் உள்ள மையப் பகுதியிலிருந்துத் தொடங்குகிறது.

நிறச்செறிவு கூடக்கூட வெக்டார் ஸ்கோப் மூலம் பார்த்தால் அடையாளப் புள்ளி மையப்பகுதியிலிருந்து மூலைக்குச் செல்லும்.

க்ரேடிங்கின்போது ஒரு ஷாட்டிலிருந்து அடுத்த ஷாட்டிற்கான நிறச்செறிவு ஒரே மாதிரியாக உள்ளதா என்பதை எளிதாக வெக்டார் ஸ்கோப் மூலம் அறிந்து கொள்ளலாம்.

ஒருவேளை அடுத்த ஷாட்டின் நிறச்செறிவில் மாற்றம் இருந்தால் அதனுடைய அளவினையும் வெக்டார் ஸ்கோப் மூலம் பார்த்துச் சரி செய்ய கலரிஸ்டால் முடியும்.

காட்சியில் நிறச்செறிவு குறைவாக இருந்தால் வெக்டார்ஸ்கோப்பில் அடையாளப் புள்ளி நடுப்பகுதியின் அருகில் இருக்கும்.

வெக்டார் வளையத்தினுள் பெட்டி வடிவில் சிவப்பு (ஆர்), பச்சை (ஜி), நீலம் (பீ), மெஜந்தா (எம்), மஞ்சள் (ஒய்), மயில்நீல (*cyan* சி) நிற ஸ்கோப்புகள் உள்ளன. இதன் மூலம் படமாக்கப்பட்ட காட்சி சரியான நிறத்தோற்றம் அளிக்கிறதா என்பதை அறிய முடியும்.

உதாரணம்

படமாக்கப்பட்ட காட்சியில் சிவப்பு வண்ணக் கார் என்றிருந்தால் வெக்டார் ஸ்கோப்பில் அடையாளக்குறி சிவப்பு ஸ்கோப்பிற்குச் செல்லும்.

ஸ்கின் டோன் இண்டிகேட்டர் என்ற தேர்வு வெக்டார்ஸ்கோப்பில் மிகவும் முக்கியமானது. திரைப்பட நிறத்திருத்தம் செய்யும்போது முக்கியமானது ஃப்ரேமில் கதாபாத்திரங்களின் சரியான தோல் நிறத்தைக் (*skin tone*) கொண்டு வருவதேயாகும்.

சிவப்பு மற்றும் மஞ்சள் வெக்டார் ஸ்கோப் இடையே உள்ள ஒரு கோடு தான் தோலின் நிறத்தை சரியாகக் குறிக்கிறது. இதன் மூலம் சரியான ஸ்கின் டோனை அடைய முடியும். நாம் பதிவு செய்த காட்சியில் கதாபாத்திரத்தின் ஸ்கின் டோன் மாறுபட்டால், அது வெக்டார் ஸ்கோப் ஸ்கின்டோன் இண்டிகேட்டர் கோட்டிலிருந்து விலகும். அதைக் கொண்டு கலரிஸ்ட் அடையாளக்குறிக் கோட்டிற்கு நிறத்திருத்தம் செய்து சரியான ஸ்கின்டோனை எளிதில் அடையலாம்.

அலை வடிவ ஸ்கோப் (wave form scope)

காட்சிகளின் எக்ஸ்போசர் பற்றிய விவரங்களை அறிய கலரிஸ்டுக்கு மிகவும் பயனுள்ளது வேவ் ஃபார்ம் ஸ்கோப்.. காட்சியின் எந்தப் பகுதி ஓவர் எக்ஸ்போசர், அண்டர் எக்ஸ்போசர் கொண்டுள்ளது என்பதை எடுத்துக்காட்டும் விஷுவல் கிராஃப்

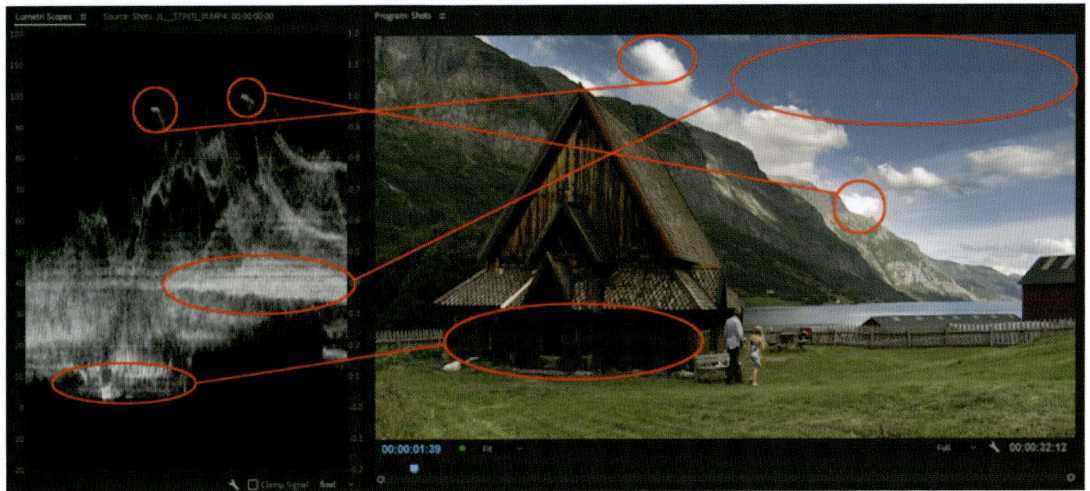

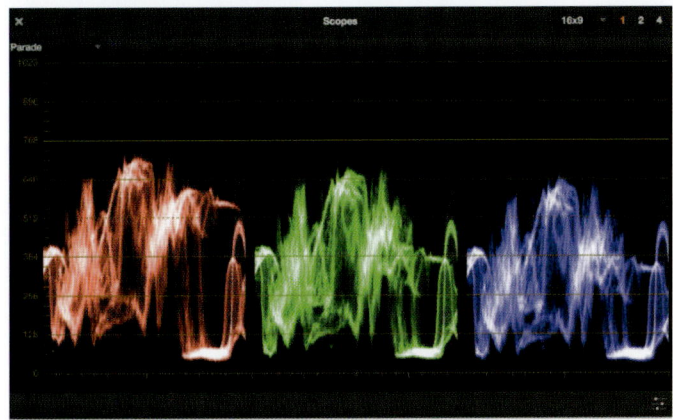

அல்லது ஸ்கோப் தான் வேவ் ஃபார்ம்.

அலை வடிவ அடையாள கிராஃப் ஸ்கோப்பில் மேலே இருந்தால் காட்சிகளின் வெளிச்சப் பகுதியைக் குறிப்பவை. கிராஃப் கீழே இருந்தால் இருண்ட பகுதியை அடையாளப்படுத்துவதற்கும் மற்றும் கிராஃப் இடது புறத்திலிருந்து வலதுபுறம் காட்சிகளின் பிக்சல் அடர்த்தியைக் குறிக்கிறது.

அலை வடிவ ஸ்கோப்பில் பரேட் ஆர்.பி.ஜி (*parade RGB*) முக்கியமானது. இது அடிப்படையில் சிவப்பு, பச்சை மற்றும் நீல நிற சேன்களின் ஒளிர்வைக் குறிக்கும் மூன்று அலை வடிவ கிராஃபுகள் ஆகும்.

இதன் மூலம் நிறத்திருத்தம் பெறும் காட்சியில் வண்ணங்களுக்கு இடையே உள்ள சமநிலையைப் பார்க்கவும் ஏதோ ஓர் நிறச்சாயல் அதிகம் இருந்தால் அதை சரி செய்யவும் உதவும். காட்சிகளுக்கு ஒயிட் பேலன்ஸ் எளிதாக உருவாக்க முடியும்.

காமிரா ரிக்கார்டிங் ஃபைல்கள்

4. காமிரா ரிக்கார்டிங் ஃபைல்கள்

இன்றைய டிஜிட்டல் யுகத்தின் மிகப்பெரிய சவாலானது, அதிக எண்ணிக்கையிலான காமிராக்கள் தொடர்ந்து அறிமுகமாகிக் கொண்டு வருவதேயாகும்.

ஒவ்வொரு காமிரா ஃபைல்களும் புதியனவாக இருப்பதால் அதனுடைய போஸ்ட் ப்ரொடக்‌ஷனிலும் பணித்தொடர் மாற்றம் இருந்து வருவதால் ஒரு நிலையான இலக்கை பின் தயாரிப்புப் பணிகளில் அடைய முடிவதில்லை.

எனினும், மேற்கண்டவற்றை எளிமையாகப் புரிந்து கொள்ளவேண்டும் என்றால் அதைச் சுருக்கப்பட்ட ஃபைல் வடிவம் கொண்ட ஸ்டில் காமிராக்கள், சுருக்கப்படாத ஃபைல் வடிவம் கொண்ட டிஜிட்டல் சினிமா காமிரா என்று வகைப்படுத்தலாம்.

ஸ்டில் காமிராக்களில் உயர் ரெசல்யூஷனில் 4கே அல்லது அதற்கு மேலும் 8கே வில் விடியோ பதிவு செய்யும் வசதியை சோனி, பேனாசானிக், கெனான், நிக்கான் போன்ற நிறுவனங்கள் நிறைய மாடல்களில் அறிமுகப்படுத்தி வருகின்றன.

ஸ்டில் காமிராக்களில் பதிவு செய்யும் விடியோக்கள் இன்று மிகவும் தரம் வாய்ந்ததாக இருந்தாலும் போஸ்ட் ப்ரொடக்‌ஷனில் கலர் க்ரேடிங் செய்யும்போது சில கட்டுப்பாடுகளுடனேயே செயல்பட முடிகிறது. அதற்கு மிக முக்கிய காரணம், அக்காமிராக்களில் பதிவு செய்யும் விடியோக்கள் சுருக்கப்பட்ட ஃபைல் வடிவத்தில் இருப்பதேயாகும்.

அதுவே சினிமா டிஜிட்டல் காமிராக்களான அலெக்ஸா, ரெட், ப்ளாக்மேஜிக், சோனிவெனீஸ் ஆகியவற்றில் சுருக்கப்படாத ரா ஃபைல் வடிவம் கொண்டுள்ளதால் கலர் க்ரேடிங் சிறப்பாக அமைய வழிவகுக்கிறது.

ரா ஃபைல்களில் படமாக்கப்பட்ட காட்சிகள் சுருக்கப்படாத டேட்டா கொண்டவை என்பதால் ஒளிப்பதிவாளர் படமாக்கும்போது சரியான எக்ஸ்போசர் கொண்டு செயல்பட்டால் கலர் க்ரேடிங் செய்யும்போது ஃப்ரேம்களில் நிறம், காண்ட்ராஸ்ட் மற்றும் ஹைலைட் பகுதிகளின் டீடெல்ஸ்ஸை சிறப்பாக மேம்படுத்தமுடியும்.

கலர் பிட் டெப்த்

காமிராக்களில் உள்ள ஃபைல் வடிவத்தின் தரத்தை அறிய முக்கியமானது கலர் பிட் டெப்த். பொதுவாக, ஸ்டில் காமிராக்களில் உள்ள விடியோ காட்சிகள் 8 அல்லது 10 கலர் பிட் டெப்த் அமைப்பு கொண்டதாகும்.

டிஜிட்டல் சினிமா காமிராக்களில் உள்ள ரா ஃபைல்களில் கலர் டெப்த் 12 அல்லது 16 எண்களாக இருக்கும்.

கலர் பிட் டெப்த் என்பது, வண்ண அளவுகோலும் அதன் வேறுபாடுகளை பிட்களாலும் அளவிடப்படுவது. அதாவது, ஒவ்வொரு பிக்சலுக்கு எத்தனை வண்ணங்கள் உள்ளன என்பது கலர் பிட் டெப்த் எண்கள் மூலம் அறியப்படுகிறது.

கலர் பிட் டெப்த் எண்கள் கூடும்போது நிறத்தின் அளவுகோலும் கூடுவதால் ஃப்ரேமில் பல்வேறு ஒளி அமைப்பு கொண்டிருந்தாலும் நிறம் சீராக வெளிப்படும் (smoother gradation of colours).

8 கலர் பிட் டெப்த் – 256 வகையான சிவப்பு, பச்சை, நீல நிறச்சாயல்கள் இருக்கும்.

10 கலர் பிட் டெப்த் – 1024 வகையான நிறச்சாயல்கள் கொண்டது.

12 கலர் பிட் டெப்த் – 4096 வகையான நிறச்சாயல்கள் கொண்டது.

16 கலர் பிட் டெப்த் – 65536 வகையான நிறச்சாயல்கள் கொண்டது.

இதனால் கலர் க்ரேடிங் தொழில்நுட்பத்தில் ஈடுபடும் கலரிஸ்ட்களுக்கு ரா ஃபைல்கள் இருந்தால் நிறத்திருத்தம் செய்வதற்கும் மேம்படுத்துவதற்கும் இலகுவாக இருக்கும்.

ரா ஃபைல்கள் இல்லாத காமிராக்களில் அதாவது சுருக்கமான ஃபைல் வடிவம் கொண்ட ஸ்டில் காமிராக்களில் சமீப காலங்களில் லாக் ஃபைல் ஆப்ஷன்கள் உள்ளன.

லாக்/ரா ஃபைல்களை கொண்டு படமாக்கினால் காமிரா வியூஃபைண்டரில் பார்க்கும்போது சற்று நிறச்செறிவு குறைவாகக் காணப்படும். ஆனால் காமிரா சென்சாரில் படும் ஒளியின் டேட்டாவை அதிகம் பதிவு செய்வதால் கலர் க்ரேடிங்கில் சிறப்பாக நிறத்தேர்வு செய்ய முடியும்.

ரா மற்றும் லாக் ஃபைல்கள் நீண்ட தொனி வரம்பு (high exposed latitude) கொண்டுள்ளதால் ஃப்ரேம்களில் ஒளிப்பதிவாளர் மிட் டோன் எக்ஸ்போசர் வைக்கும் இடத்தை விட அதிக ஒளி அளவு மற்றும் குறைந்த ஒளி அளவு இருந்தால் அதனுடைய விவரத்தை (details) கூடுதலாகப் பதிவு செய்யும் தன்மையுடையதால் க்ரேடிங்கில்

ஹைலைட் மற்றும் நிழல் பகுதியில் உள்ள ஒளிர்வைக் கட்டுப்படுத்தி நிறச்செறிவை மேம்படுத்த இயலும்.

ரா ஃபைல்கள் முன்கூட்டியே ப்ராஸஸ் ஆவது இல்லை. அதனால் க்ரேடிங்கில் சுலபமாக கலர் பேலன்ஸ் செய்ய முடியும்.

லாக் ஃபைல்கள் நீண்ட தொனி வரம்பு கொண்டிருந்தாலும் ரா ஃபைல்களுடன் ஒப்பிட முடியாது. லாக் ஃபைல்கள் சுருக்கப்பட்ட வடிவத்தில் இருப்பதாலும் கலர் பிட் டெப்த் ரா ஃபைல்களை விட குறைவாகவே இருக்கும்.

விடியோ ஃபைல்கள்

விடியோ ஃபைல் என்றால் பொதுவாக அது சுருக்கப்பட்ட வடிவம் கொண்டது தான், அது அதிக ரெசல்யூஷன் கொண்டிருந்தாலும் கூட.

விடியோ கோப்புகளில் கொள்கலன் (container) மற்றும் கோடெக் (codec) ஆடியோ ஃபைல்கள், மெட்டா டேட்டா ஆகியவை அடங்கும்.

கோடெக் ஒரு விடியோவில் உள்ள மென்பொருள். அது டிஜிட்டல் காட்சிகளை சுருக்கி கம்ப்ரஸ் செய்கிறது.

படச்சுருக்கம் (Image file compression)

டிஜிட்டல் விடியோக்களில் படச்சுருக்கம் இன்றியமையாதது. இதன் முக்கியப்பணி, நாம் படமாக்கும் ஒளிப்படத்தகவல்களை குறியாக்கம் (encoding) செய்து அதை திறமையான வடிவத்தில் சுருக்குவதே ஆகும்.

அதன் பயன்கள்:

- ❖ அதிக படங்களை சேமிக்கலாம் (storage).
- ❖ படங்களை விரைவாக பதிவிறக்கம் (download) செய்யலாம்.
- ❖ படங்களை மற்ற தளங்களுக்கு (transfer) விரைவாக அனுப்பலாம்

எம்.பி.4 (MP4)

எம்.பி.4 விடியோ கோப்பு 2001ம் ஆண்டு அறிமுகப்படுத்தப் பட்டது. பெரும்பாலான டிஜிட்டல் தளங்கள் மற்றும் டிஜிட்டல் சாதனங்கள் எம்.பி.4 வடிவத்தை கொண்டுள்ளது. யூட்யூப் போன்ற விடியோ தளங்களில் எம்.பி.4 வடிவத்தை எளிதாக ஏற்றுக்கொள்கிறது.

காமிராவில் பதிவு செய்யும்போது எம்.பி.4 விடியோ ஃபைல் மெமரி கார்டில் குறைவான இடத்தைப் பிடிப்பதால் அதன் தரம் சற்று சுருக்கப்பட்ட வடிவத்திலேயே இருக்கும்.

சி.ஜெ.ராஜ்குமார்

எம்.ஓ.வி (MOV)

ஆப்பிள் நிறுவனத்தால் உருவாக்கப்பட்ட விடியோ ஃபைல் எம்.ஓ.வி. இது க்விக் டைம் பிளேயரை (*quick time player*) கொண்டு விடியோ காட்சிகளை பார்க்கும்படி வடிவமைக்கப்பட்டது. இது மிகவும் உயர்தரம் வாய்ந்த விடியோ ஃபைல். படமாக்கும்போது காமிரா மெமரி கார்டில் அதிகமான இடத்தைப் பிடிக்கக்கூடியது.

டபிள்யூ.எம்.வி. (WMV)

டபிள்யூ.எம்.வி. மைக்ரோசாஃப்ட் நிறுவனத்தால் வடிவமைக் கப்பட்ட விடியோ ஃபைல்.

எஃப்.எல்.வி. (FLV)

அடோப் நிறுவனத்தால் உருவாக்கப்பட்ட விடியோ ஃபைல் எஃப்.எல்.வி.

ஏ.வி.சி.ஹெச்.டி. (AVCHD)

அட்வான்ஸ்ட் விடியோ கோடிங் ஹை டெஃபனிஷன் என்பதன் சுருக்கமே ஏ.வி.சி.ஹெச்.டி. என்ற விடியோ ஃபைல். சோனி மற்றும் பேனாசானிக் நிறுவனங்களால் உருவாக்கப்பட்டது.

ஏ.வி.ஐ. (AVI)

மைக்ரோசாஃப்ட் நிறுவனத்தின் மற்றுமொரு உயர்ரக விடியோ ஃபைல் ஏ.வி.ஐ.

எம்.எக்ஸ்.எஃப் (MXF)

மெட்டீரியல் எக்ஸ்சேஞ்ச் ஃபார்மட் என்ற சொல்லே எம்.எக்ஸ்.எஃப். இந்த விடியோ ஃபைல் எம்.ஓ.வி போல மிகவும் தரம் வாய்ந்த விடியோ ஃபைல் ஆகும்.

ஆப்பிள் ப்ரோ ரெஸ் (Apple pro res)

ஆப்பிள் நிறுவனத்தால் உருவாக்கப்பட்ட மிகவும் குறைந்த சுருக்க வடிவம் கொண்ட விடியோ டேட்டாதான் ப்ரோரெஸ். இது 8கே ரெசல்யூஷன் வரை ரெக்கார்டிங் செய்யும் ஃபைல் ஆகும்.

ஆப்பிள் ப்ரோரெஸை ரா ஃபைல்களுக்கு இணையாக கருத முடியும். நீண்ட வண்ண வரம்பும் கொண்டது.

மேலும், காமிரா ரெக்கார்டிங்கின்போது ரா ஃபைல்கள் போல அதிக இடத்தையும் பிடிக்காது.

பிரபல சினிமா டிஜிட்டல் காமிராக்கள் ரெட், அலெக்ஸா, ப்ளாக் மேஜிக் ஆகியவற்றில் அவர்களுடைய சொந்த ரா ஃபைல்களோடு ஆப்பிள் ப்ரோரெஸ் ஃபைல் வடிவத்தில் காட்சிகளை பதிவு செய்யும் வசதியோடு வருகிறது.

கலர் க்ரேடிங் செய்வதற்கு மிகவும் சிறந்தது. ரா ஃபைல்களில் பதிவு செய்வதே அதற்கு அடுத்த தேர்வாக ப்ரோரெஸ் ஃபைல் ஃபார்மட்டில் பதிவு செய்ய லாம்.

ஸ்டில் காமிராவில் உள்ள விடியோக்கள் சுருக்கப்பட்ட வடிவத்தில் இருப்பதால் அதில் லாக் முறையில் பதிவு செய்தால் க்ரேடிங்கில் நல்ல பலனைக் கொடுக்கும்.

டிஜிட்டல் கலர் கிரேடிங் தொழில்நுட்பம்
(Digital colour grading Technology)

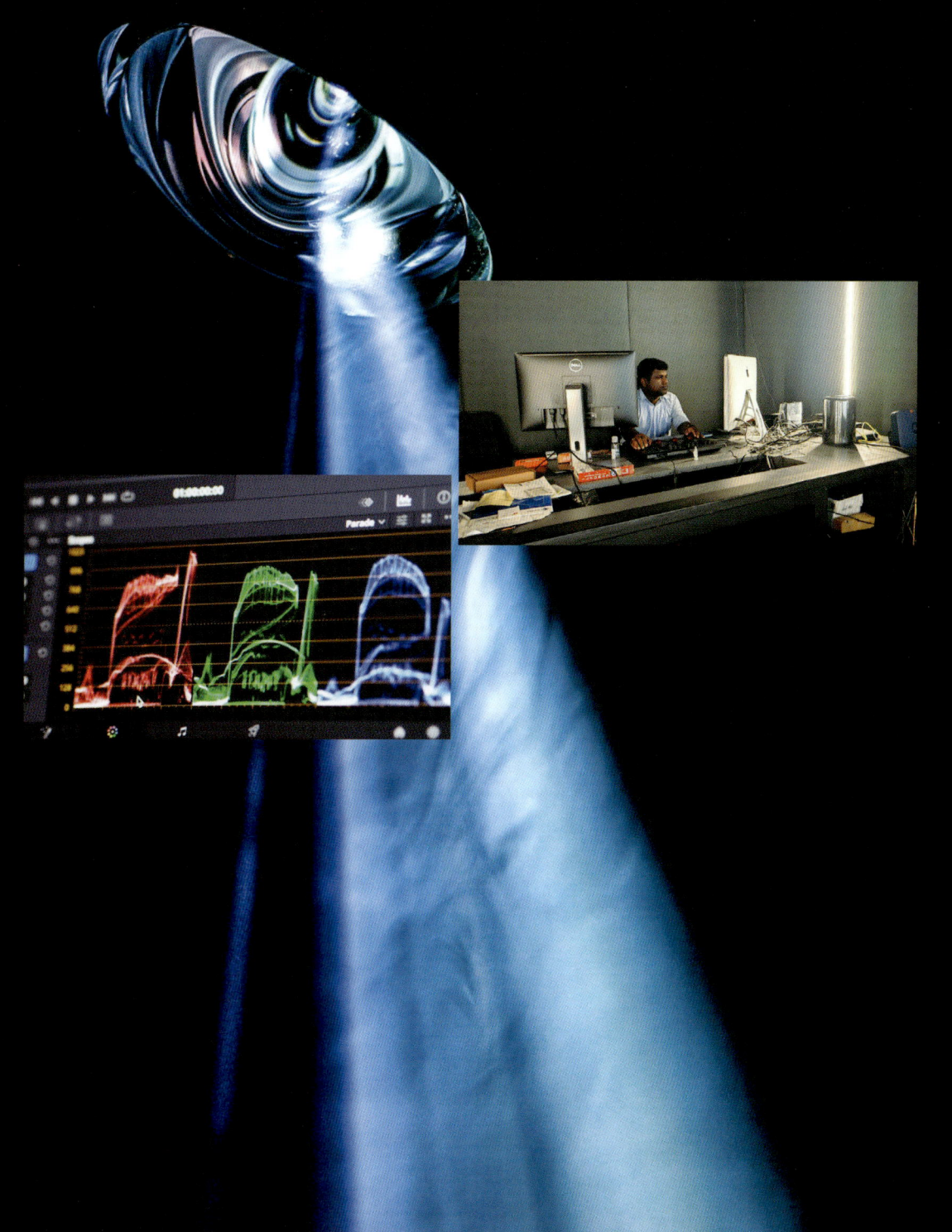

5. டிஜிட்டல் கலர் கிரேடிங் தொழில்நுட்பம் (Digital colour grading Technology)

நிறத்தேர்வு அறையானது ஏறத்தாழ ஒரு மினிதியேட்டர் (minitheatre) போன்று வடிவமைக்கப்பட்டிருக்கும். இங்கே காட்சிகளைப் பார்த்து நிறத்தேர்வு செய்ய ப்ரிவ்யூ ப்ரொஜெக்டர் (preview projector) அல்லது ப்ரிவ்யூ மானிட்டர் (preview monitor) இருக்கும். பொதுவாக 2கே (2k) ப்ரொஜெக்டரை நிறத்தேர்வு மையத்தில் பயன்படுத்துகிறார்கள்.

கலர் க்ரேடிங் மானிட்டர்

நிறத்திருத்தம் செய்யும் பணிக்கு முக்கியமான கருவி மானிட்டர் திரையாகும். மிகச்சிறந்த கலர் க்ரேடிங் மானிட்டர்கள் சரியான நிறத்துல்லியத்தை அளிக்கவல்லது.

இன்றைய தொழிநுட்ப மாறுதலுக்கு ஏற்ப 4கே ரெசல்யூஷன் மற்றும் ஹெச்.டி.ஆர். வசதி படைத்த மானிட்டர்களே பெரிதும் பயன்படுத்தப்படுகிறது.

தொழில்முறை கலர் க்ரேடிங் மானிட்டர்களின் டிஸ்ப்ளே கலர் ஸ்பேஸ் மற்றும்க் கேமட் மதிப்புகளான ரெக் 709, டி.சி.ஐ.பி 3, ரெக் 2020 ஆகியவற்றைக் கொண்டுள்ளவையாக இருக்க வேண்டும்.

மானிட்டர்கள் குறிப்பிட்ட கால இடைவெளியில் சில நாட்களுக்கு ஒருமுறை அளவுத்திருத்தம் (calliber ation) செய்யப்பட வேண்டும்.

சமீபத்திய மானிட்டர்களில் தானியங்கி முறையிலேயே கேலிப்ரேஷன் செய்வதற்கான வசதிகள் இருக்கின்றன.

வெண்ணிறம் மற்றும் கருப்பு நிறத்தை அதாவது ஒயிட் ப்ளாக் லெவல் துல்லியமாக வெளிப்படுத்தும் மானிட்டர்களே க்ரேடிங்கிற்கானது.

இசோ கலர் எட்ஜ் 4கே மானிட்டர், சோனி பி.வி.எம். ஹெச்.எக்ஸ் 310 4 கே மானிட்டர் சிறந்த தயாரிப்பு கொண்ட இந்த மானிட்டர்களே நிறத்தேர்வு மையத்தில் இன்று அதிகம் பயன்படுத்தப்படுகின்றன.

கலர் பேனல் (colour panel)

பல பொத்தான்கள் உள்ள தகடு கலர் பேனல் எனப்படும். நிறத்தேர்வு விருப்பங்களை (options) இந்த பேனல் மூலமாகத்தான் கலரிஸ்ட் தேர்வு செய்வார்.

லுக் அப் டேபிள் (look up table)

நிறத்தேர்வு அறையில் உள்ள ப்ரொஜெக்டர் அல்லது மானிட்டர் சரியாக நிர்மாணிக்கப்பட்டிருக்க (callibration) வேண்டும். அதற்கு சரியான லட்(lut) மென்பொருள் பயன்படுத்தப்பட வேண்டும்.

லட் என்று சொல்லப்படும் லுக் அப் டேபிள் (look up table) ஒவ்வொரு நிறத்தேர்வு மென்பொருளுடன் (colour grading software) வரும்.

இன்று 3டி லட் (3d lut) பயன்படுத்தப்படுகிறது. இதனுடைய முக்கிய பயன் நாம் நிறத்தேர்வு செய்யும் காட்சியானது கடைசியாக தியேட்டரில் எப்படி வடிவம் பெறுமோ அப்படி நாம் பார்க்க உதவுகிறது.

விடியோ காட்சிகளுக்கான முன்கூட்டியே வடிவமைக்கப்பட்ட (preset) வண்ணத்தோற்றம் தான் லட் மென்பொருளாகும்.

கலர் லட் மென்பொருள் எண்களின் தொகுப்பாகும். இதைக் காமிரா, மானிட்டர் மற்றும் கலர் க்ரேடிங்கில் பயன்படுத்தலாம்.

பொதுவாக, லட் பயன்படுத்தும்போது ஒரு குறிப்பிட்ட நிற அடையாளத்தை உருவாக்க முடியும்.

ஒளிப்பதிவாளர்கள் படப்பிடிப்பின்போதே சில சமயம் காமிரா அல்லது மானிட்டரில் குறிப்பிட்ட வண்ணத்தோற்றத்தை உருவாக்கவோ அல்லது அதை ஓர் முன்மாதிரியாகவோ *(reference)* பயன்படுத்துவார்கள்.

காமிராக்களில் லாக் *(log)* அல்லது ரா *(raw)* ஃபைல்கள் மூலம் படமாக்கும்போது அவை இயல்பிலேயே குறைந்த நிறத்தன்மையுடன் காணப்படும். இந்த மாதிரியான சூழலில் நாம் படமாக்கும் லாக் அல்லது ரா ஃபைல்கள் க்ரேடிங்கில் எப்படித் தோற்றமளிக்கும் என்பதை அறியவும் லட்களை படமாக்கும்போது காமிராவிலோ அல்லது மானிட்டரிலோ பயன்படுத்தப்படுகிறது.

லட் பயன்படுத்தி கலர் க்ரேடிங்கில் ஒரு ஃப்ரேமில் ஒட்டுமொத்தமாக ஓர் குறிப்பிட்ட நிறத்தோற்றத்தை அடைய வழிவகுப்பதோடு எளிதாக ஓர் வண்ணத்தோற்றம் அல்லது விஷுவல் லுக்கை அடைய முடியும். ஆனால் அது வேகமாக பணியாற்றுவதற்கான வழிமுறையே தவிர முறையான பணித்தொடர் அல்ல.

கலர் க்ரேடிங் தொழில்நுட்பத்தின் மூலம் ஒரு ஃப்ரேமில் பல்வேறு முக்கியமான கூறுகளை சமநிலைப்படுத்த வேண்டும். அதன் மூலம் முப்பரிமாணத் தோற்றத்தை அடைய க்ரேடிங்கில் கலர் ஸ்பேஸ், காமா, அடிப்படை நிறத்தேர்வு, இரண்டாம் நிலை நிறத்தேர்வு என்று படிப்படியாகப் பணியாற்றும் போதுதான் சிறப்பான வண்ணத்தோற்றத்தை கலரிஸ்ட்டால் நிர்மாணிக்க இயலும்.

கலர் க்ரேடிங்கிற்கு பல ஆயிரக்கணக்கான நிறத்தோற்றத்துடன் கூடிய லட்டுகள் இணையத்தில் இலவசமாகவும் கிடைக்கும். அதேபோல கட்டணம் செலுத்தி தரவிறக்கம் செய்து கொள்ளும் லட்களும் உள்ளன.

லட்கள் 1டி மற்றும் 3டி பிரிவுகளாக உள்ளது. 1டி லட் ஒற்றைத்தன்மையுடன் விளங்குகிறது. 3டி லட் சாயல், நிறச்செறிவு மற்றும் ஒளிர்வைக் காட்சிகளில் கட்டுப்படுத்தக்கூடிய தன்மையுடன் விளங்குகிறது.

இன்று பல நிறத்தேர்வு மென்பொருட்கள் பயன்பாட்டில் உள்ளன. அவற்றில் பிரபலமானவை:

- லஸ்டர்
- ஸ்க்ரேட்ச் *(Scratch)*
- பேஸ் லைட்
- டாவின்சி ரிசால்வ் *(davinci resolve)*
- க்வாண்டல் *(Quantal)*

இவை அனைத்தும் சிறந்த நிறத்தேர்வு மென்பொருட்களாகும். ஒவ்வொரு ஒளிப்பதிவாளர் மற்றும் கலரிஸ்டின் தனிப்பட்ட ரசனையை ஒட்டி இவற்றில் ஏதாவது ஒன்றைப் பயன்படுத்துவார்கள்.

கலர் க்ரேடிங் பணித்தொடர்

- நிறத்தேர்வு மையத்திற்குச் செல்லும்போது கலர் க்ரேடிங் செய்வதற்கு ஆரம்பகட்டமாக தேவையானவை,

படத்தொகுப்பாளரிடமிருந்து : இடி.எல். *(EDL)* எடிட் செய்யப்பட்ட திரைப்பட விடியோ *(Reference video)*

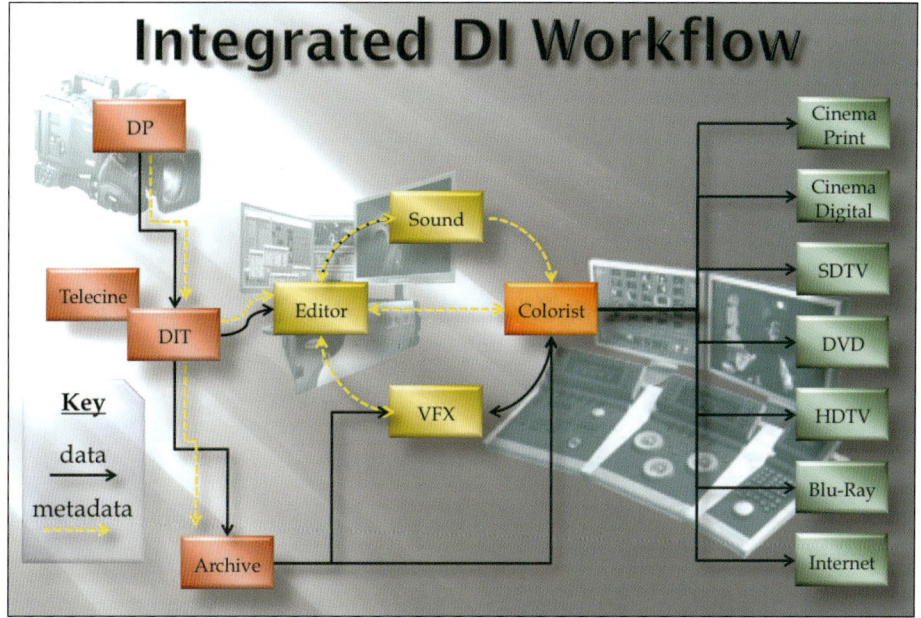

- ❖ முழு ரெசல்யூஷனில் பதிவு செய்யப்பட்ட திரைப்படத்தின் அனைத்து ஹார்ட் டிஸ்க்குகள்.
- ❖ கன்ஃபார்மிஸ்ட் இ.டி.எல் உதவியுடன் கலர் க்ரேடிங் செய்வதற்கு படத்தொகுப்பாளர் எடிட் செய்த வரிசைக்கு முழு ரெசல்யூஷனில் உள்ள காட்சிகளை டைம்லைனில் கொண்டுவருவது.

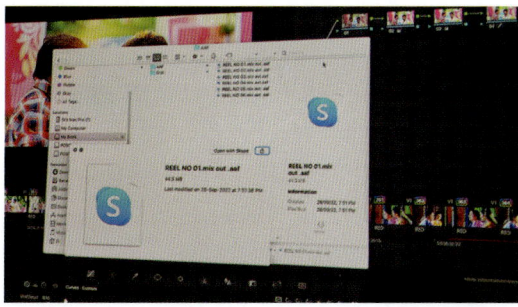

- ❖ கலரிஸ்ட் கலர் க்ரேடிங் ஆரம்பிப்பதற்கு கம்ப்யூட்டரை ஆன் செய்து கலர் க்ரேடிங் மென்பொருள், டிஸ்ப்ளே மானிட்டர், ப்ரொஜெக்டர் ஆகியவற்றைச் சரி பார்க்க வேண்டும்.
- ❖ க்ரேடிங் செய்ய வேண்டிய விஷுவல்களை ஆன்லைன் மற்றும் எடிட் செய்யப்பட்ட திரைப்படத்தின் விடியோ ஆஃப் லைன் முறைகளை பின்பற்றுவது.
- ❖ ரெசல்யூஷன், ஃப்ரேம் ரேட் திரையிடல் ஆஸ்பெக்ட் ரேஷியோ நிர்மாணிப்பது.
- ❖ கலர் ஸ்பேஸ் – டிஸ்ப்ளே கலர் ஸ்பேஸ் மற்றும் க்ரேடிங் கலர் ஸ்பேஸ் தேர்வு செய்வது.

- காமா மதிப்புகளை நிர்மாணிப்பது.
- கலரிஸ்ட் – நிறத்திருத்தம் செய்ய ஆரம்பிப்பது. இது முதன்மை க்ரேடிங் என்று அழைக்கப்படுகிறது.
- ஒயிட்/ப்ளாக் லெவல் சீர் செய்யப்படுவது.
- எக்ஸ்போசர், காண்ட்ராஸ்ட், நிறத்தில் உள்ள குறைபாடுகளை நீக்குவது.
- ஒளிர்விலும் நிறத்திலும் சீரான தன்மையை ஒவ்வொரு ஷாட்டிற்கும் அடுத்து வரும் ஷாட்டிற்கும் உருவாக்குவது.
- நிறத்தேர்வு இரண்டாம் கட்டத்தில் திரைப்படத்தின் தன்மைக்கு ஏற்றவாறு பிரத்யேக நிறப்பண்புகளை உருவாக்குவது.
- ஃப்ரேமில் உள்ள ஒளிர்வு மற்றும் நிறங்களின் அடர்த்தியை தேவைப்பட்டால் மாற்றம் செய்து முப்பரிமாண அடுக்குகளை உருவாக்குவது.
- கம்போசிஷன், ஃப்ரேமிங்கில் உள்ள குறைபாடுகளை நீக்குவது.
- பிரத்யேகமான டோன்கள், முகத்தில் மென்மையாக்கும் ஃபில்டர்களை க்ரேடிங்கில் செய்வது.
- கிராஃபிக்ஸ் மற்றும் ஆப்டிகல் இஃபக்ட்ஸ் காட்சிகளுக்கு க்ரேடிங்கில் இறுதி வடிவம் கொடுப்பது.
- திரைப்படத்தின் டைட்டில்ஸ், அரசாங்க அறிவிப்பு ஸ்லைடுகள் சேர்ப்பது.
- நிறத்தேர்வு செய்யப்பட்ட காட்சிகளின் இறுதி வடிவத்தை படத்தொகுப்பாளருக்கு அனுப்புவது.
- படத்தொகுப்பாளர் ஏற்கனவே எடிட் செய்யப்பட்ட காட்சிகளுடன் நிறத்தேர்வு செய்யப்பட்ட விடியோ ஃப்ரேம்கள் சரியாகப் பொருந்துகிறதா என்பதை உறுதி செய்வது.
- ஃப்ரேம்களில் மாற்றம் இருப்பின் நிறத்தேர்வு மையத்தில் உள்ள கன்ஃபார்மிஸ்ட் படத்தொகுப்பாளரின் அறிவுரைப்படி சரி செய்வது.
- திரைப்படத்தின் ஒளிப்பதிவாளரும் இயக்குநரும் நிறத்தேர்வு செய்யப்பட்ட காட்சிகளை கோர்வையாகப் பார்ப்பது.
- நிறத்தேர்வுப் பணியை நிறைவு செய்வது.
- ரெண்டரிங் பணி துவங்குவது. அது முடிந்தவுடன் ஃபுட்டேஜ் நகலெடுப்பது.
- திரையரங்கங்களுக்கான ஃபார்மட் என்றால் ஃபுட்டேஜ் அடுத்த கட்டமாக மாஸ்டரிங் தளத்திற்குச் செல்ல வேண்டும்.
- நிறத்தேர்வு மையத்திலிருந்து திரையரங்கங்களுக்கான மாஸ்டரிங் செய்ய டி.பி. எக்ஸ் *(DPX)*, ஃபைல் அல்லது டிஃப் *(TIFF)* ஃபார்மட்டிலும் ஓ.டி.டி க்கு எம்.ஓ.வி *(MOV)* ஃபைல்களாகப் பெறுவது.

சென்சார் செய்த பின்னர் விஷுவல்களில் ஏதாவது மாற்றம் இருந்தால் அதனை மீண்டும் நிறத்தேர்வு மையத்தில் சரி செய்து பின்னர் மாஸ்டரிங் தளத்திற்குக் கொடுக்க வேண்டும்.

கலர் ஸ்பேஸ்

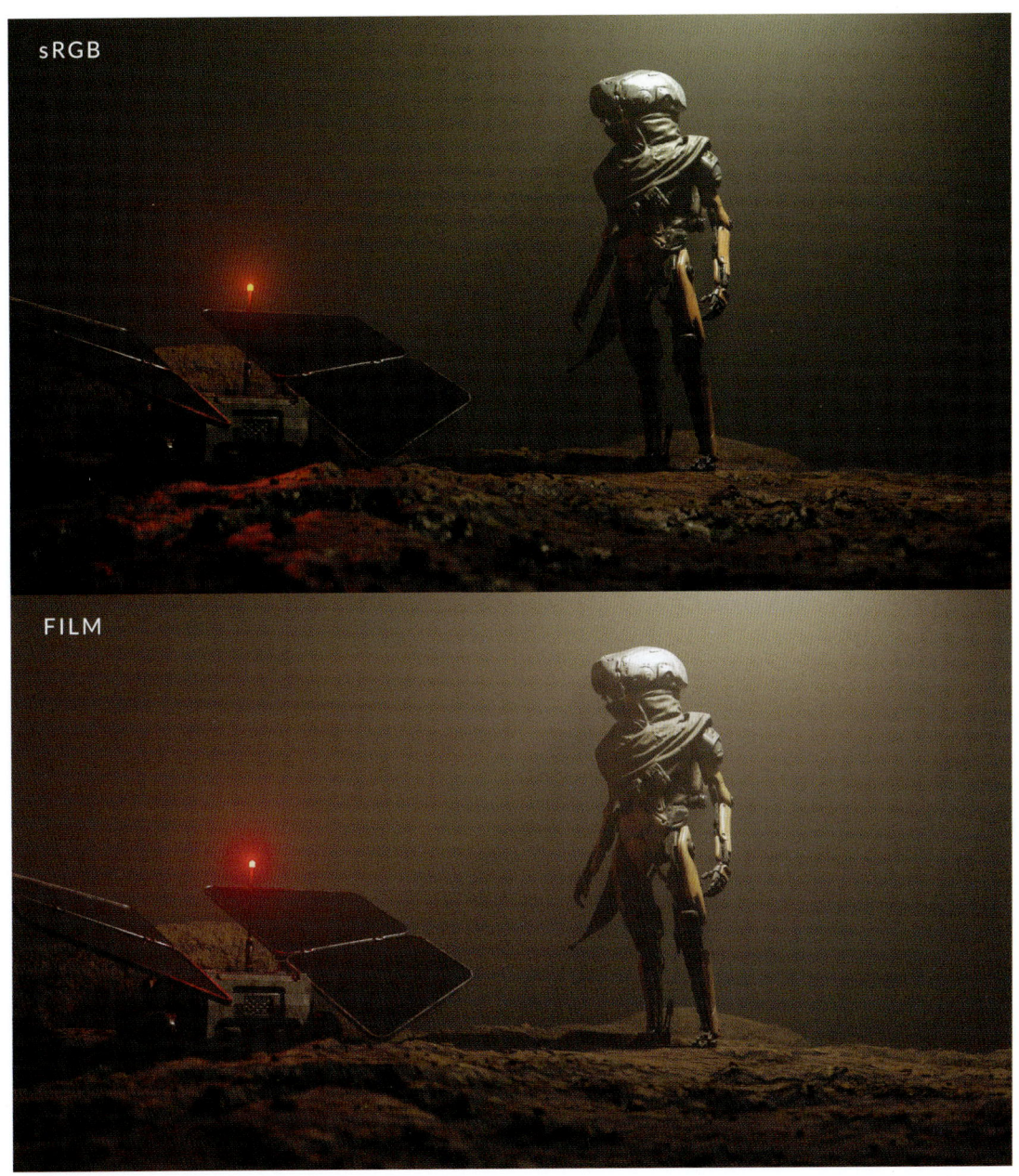

6. கலர் ஸ்பேஸ்

கலர் க்ரேடிங் துவங்குவதற்கு முன் கலரிஸ்ட் பல்வேறு செட்டிங்குகளைத் தேர்வு செய்யவேண்டும்.

அவற்றில் முக்கியமானவை கலர் ஸ்பேஸ்.

கலர் ஸ்பேஸ் என்பது அடிப்படையில் நிறத்திருத்தம் செய்து திரைப்படம் வெளியிடுவதற்கு ஒரு வண்ணத் தர நிர்ணய முறையாகும்.

கலர் ஸ்பேஸ் மூன்று வகைகளாகப் பிரிக்கப்படலாம்.

* டிஸ்ப்ளே கலர் ஸ்பேஸ்
* டைம்லைன் கலர் ஸ்பேஸ்
* அவுட்புட் கலர் ஸ்பேஸ்

ரெக் 709 (Rec709)

ஹெச்.டி.விடியோ தொலைக்காட்சி ஒளிபரப்பு, யூட்யூப் ஆகியவற்றிற்கு நிறத்தேர்வு செய்ய ரெக் 709 கலர் ஸ்பேஸ் பயன்படுகிறது. சில திரைப்படங்களுக்கும் இது பொருந்தும்.

பி 3 (P 3)

டிஜிட்டல் சினிமாவிற்கான கலர் ஸ்பேஸ், ரெக் 709 ஐ விட பரந்த அளவிலான வண்ணக்குறிப்புகளைக் கொண்டுள்ளது. திரைப்படத்தை தியேட்டரில் வெளியிட டி.சி.பி. (DCP) முறையைப் பின்பற்றும் போது தான் பி 3 முறையில் கலர் ஸ்பேஸ் தேர்வு செய்து கலர் க்ரேடிங் நடைபெறும்.

ரெக் 2020 (Rec 2020)

மிக அதிகமான வண்ணக்குறிப்புகள் கொண்டது ரெக் 2020. இவை ஏறத்தாழ 75 சதவிகிதம் நம் கண்கள் காணக்கூடிய வண்ணக்குறிப்புகள் அடங்கியவை.

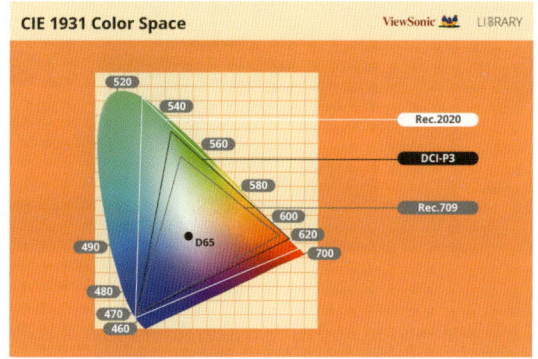

ரெக் 2020 கலர் ஸ்பேஸ் முறை எதிர்காலத்தின் தேவையறிந்து உருவாக் கப்பட்டுள்ளது.

இன்று சில டிஜிட்டல் சினிமா காமிராக்களில் ரெக் 2020 கலர் ஸ்பேஸ் முறை இருந்தாலும் அதற்கான வெளியீட்டு முறை இன்னும் நடைமுறைக்கு வரவில்லை என்றே சொல்லலாம்.

ஆனால் ஓ.டி.டி. தளத்தில் வெகு விரைவாகவே ரெக் 2020 கலர் ஸ்பேஸ் முறைக்கு மாறலாம்.

எஸ்.ஆர்.ஜி.பி. (SRGB)

எஸ்.ஆர்.ஜி.பி. கலர் ஸ்பேஸ் முறை பெரும்பாலும் கம்ப்யூட்டர் மானிட்டர் மொபைல் ஃபோன் திரைக்கான பிரயோகம் ஆகும்.

வண்ண வரம்பு (colour gamut)

நிறங்களின் அளவுகோலை நிர்ணயம் செய்யும் முறைன் கலர் கேமட் என்று அறியப்படுகிறது.

காட்சிகளைப் பதிவு செய்யும் காமிரா மற்றும் காட்சிகளை வெளியிடும் அல்லது பார்வையாளர்கள் கண்டுகளிக்கும் சாதனங்கள் (ப்ரொஜெக்டர், கம்ப்யூட்டர் திரை, டெலிவிஷன்) ஆகியவற்றில் வண்ண அளவை வெளிப்படுத்தும் ஆற்றைல் வண்ண வரம்பு என்பதும் அதற்கான வழிமுறை தான் கலர் ஸ்பேஸ்.

காமா (Gamma)

காட்சிகளில் இருண்ட பகுதி ப்ளாக் வேல்யூ என்றும் வெளிச்சப்பகுதி ஒயிட் வேல்யூ என்றும் அழைக்கப்படுவதுண்டு.

டிஜிட்டல் டிஸ்ப்ளேயில் நிறமானது இருண்ட பகுதியிலிருந்து வெளிச்சப் பகுதிக்கு எவ்வளவு சீராக மாறுகிறது என்பதுதான் காமா மதிப்பாகும்.

பெரும்பாலும் 2.2 அல்லது 2.4 போன்ற எண்ணுடன் தான் காமா மதிப்பீடுகள் சொல்லப்படுகிறது.

காமா மதிப்பில் பொதுவான எண் 2.2 கலர் க்ரேடிங் செட்டிங்கில் பயன்படுத்தும்போது இதன் மூலம் உயர் ஒளிர்வுப் (highlight) பகுதியிலிருந்து நிழல் பகுதி வரை நடுநிலையான தொனியை வழங்குகிறது.

குறைந்த காமா எண் பயன்படுத்தும்போது காண்ட்ராஸ்ட் மிகவும் பாதிக்கப்படும்.

உதாரணத்திற்கு, காமா 1.0 பயன்படுத்தி டிஸ்ப்ளேயில் பார்த்தால் அதன் இமேஜ் சற்று வெளிறிப்போன தோற்றத்துடன் காணப்படும்.

Gamma 2.2 Gamma 1.8

Gamma defines 50% gray, without changing black or white.

தற்போது ரெக் 709 கலர் ஸ்பேஸ் பயன்படுத்தி நிறத்தேர்வு செய்யும்போது காமா 2.4 மதிப்பீட்டை பலர் பின்பற்றுகிறார்கள்.

காமா 2.4 மூலம் இமேஜ்களில் காண்ட்ராஸ்ட் கூடுவதால் நிறச்செறிவு (saturation) மேம்படுகிறது.

பிற கலர் ஸ்பேஸ் பயன்படுத்தும்போது காமா 2.6 எண்ணைத் தேர்வு செய்வது பொதுவானதாகும்.

டைம்லைன் கலர் ஸ்பேஸ் (*Timeline working colour space*)

ஒளிப்பதிவாளர்கள் பல்வேறு காமிராக்களில் திரைப்படத்தை படமாக்கியிருப்பார்கள்.

கலர் க்ரேடிங் துவங்குவதற்கு முன்னர் டிஸ்ப்ளே கலர் ஸ்பேஸ் மற்றும் காமா மதிப்பீடுகளைச் செய்த பின்னர் நாம் படமாக்கிய காமிரா ஃபைல்களின் வடிவத்திற்கு ஒர்க்கிங் கலர் ஸ்பேஸ் தேர்வு செய்ய வேண்டும். அதில் பல்வேறு வகையான கலர் ஸ்பேஸ்கள் உள்ளன. திரைப்படத்தின் விஷுவல் அமைப்பை நன்கு அறிந்து அதற்கு ஏற்றவாறு கலரிஸ்ட் கலர்ஸ்பேஸ் முடிவு செய்வார்.

காமிரா தயாரிப்பு நிறுவனங்களும் அக்காமிராவின் செயல்பாட்டிற்கு ஏற்றவாறு கலர் ஸ்பேஸ் மென்பொருள் வழங்குகின்றன.

ஏ.சி.இ. எஸ். (A.C.E.S)

அகடெமி கலர் என்கோடிங் சிஸ்டம் என்று சொல்லப்படுகின்ற கலர் ஸ்பேஸ் அகடெமி ஆஃப் மோஷன் பிக்சர் ஆர்ட்ஸ் ஆஸ்கர் நிறுவனத்தினரால் உருவாக்கப்பட்டுள்ளது.

இதன் முக்கிய நோக்கம் பல்வேறு தளங்களிலிருந்து வரும் விஷுவல்ஸ், காமிரா, கிராஃபிக்ஸ் போன்ற எல்லாவற்றிற்கும் ஏற்றவாறு ஒரு சீரான நிற வெளிப்பாட்டுத் தரத்தினை உருவாக்க, ஏ.சி.இ.எஸ். கலர் ஸ்பேஸ் எளிதாக்குகிறது.

ஏ.சி.இ.எஸ். கலர் ஸ்பேஸ் பரந்த நிறம் மற்றும் ஒளிர்வு வெளிப்பாடுகளைக் கொண்ட மென்பொருளாகும்.

ஒரே திரைப்படத்தில் பல்வேறு காமிராக்களை பயன்படுத்தியிருந்தாலும் அதனை ஒரே கலர் ஸ்பேஸ் தன்மைக்கு எளிதாக மாற்றம் செய்ய ஏ.சி.இ.எஸ். பணித்தொடர் முறை உதவுகிறது.

லாக் – சி (Log C)

ஆரி காமிராக்கள் லாக்சி வைட் கேமட் (Log c wide gamut) கலர் ஸ்பேஸில் படங்களைப் பதிவு செய்து வெளியிடுகின்றன.

ஆரி அலெக்ஸா காமிரா சென்சாரின் மூலம் பதிவு செய்யப்பட்ட காட்சிகளின் அனைத்து வண்ணத் தகவல்களை உயர்வரம்பு (high dynamic range) முறையில் லாக்–சி கலர் ஸ்பேஸ் உள்ளடக்கம் கொண்டது.

பேஸ்லைட் வண்ண மென்பொருள் கொண்டு க்ரேடிங் செய்யும்போது அதன் செட்டிங்கில் ஆரி லாக்–சி கலர் ஸ்பேஸ் உள்ளது.

சமீபத்திய ஆரி அலெக்ஸா 4 கே 35 எம்.எம். காமிரா லாக்–சி 4 என்ற கலர் ஸ்பேஸ் பயன்படுத்துகிறது.

ஆரி அலெக்ஸா காமிரா கொண்டு காட்சிகளை பதிவு செய்து அதனை நிறத்திருத்தம் செய்யும்போது லாக்–சி கலர் ஸ்பேஸ் பயன்படுத்துவது எளிதான முறையாகும்.

சினியான் (cineon)

புகழ்பெற்ற சினிமா ஃபிலிம் தயாரிப்பாளர்களான கோடாக் நிறுவனம் அறிமுகப்படுத்தியுள்ள கலர் ஸ்பேஸ் சினியான் ஃபிலிம் நெகடிவ் விஷுவல் லுக் ஏற்படுத்த சினியான் கலர் ஸ்பேஸ் உதவுகிறது.

கோடாக் ஃபிலிமில் பதிவு செய்த காட்சிகளை டிஜிட்டல் வடிவில் மாற்றும்போது அதற்கேற்றவாறு கலர் ஸ்பேஸ் உருவாக்க வடிவமைக்கப்பட்டது தான் சினியான் மென்பொருள்.

பேஸ்லைட் க்ரேடிங் செட்டிங்கில் சினியான் கலர் ஸ்பேஸ் உள்ளது.

டி-லாக் / கேமட் ஈ கலர் ஸ்பேஸ்

பேஸ் லைட் கலர் க்ரேடிங் மென்பொருளில் உள்ள கலர் ஸ்பேஸ் தேர்வுகளில் இதுவும் ஒன்று.

பேனாசானிக் வி லாக் / வி கேமட்

பேனாசானிக் காமிரா மற்றும் லென்ஸ் தயாரிப்பாளர்களால் உருவாக்கப்பட்ட கலர் ஸ்பேஸ் வி லாக் வி கேமட். இதனுடைய நிற வெளிப்பாடு ரெக் 2020 யை விட பெரியது. பேனாசானிக் காமிராவில் லாக் வடிவில் படமாக்கப்பட்ட காட்சிகளுக்கு உகந்த கலர் ஸ்பேஸ் வி லாக் வி கேமட்.

லாக் 3 ஜி10 (Log 3 G10)

ரெட் காமிரா நிறுவனத்தால் உருவாக்கப்பட்டது தான் லாக் 3 ஜி10. ரெட் காமிரா காட்சிகளை கலர் க்ரேடிங் செய்ய எளிதான முறையில் வடிவமைக்கப்பட்ட கலர் ஸ்பேஸ்.

சி.ஜெ.ராஜ்குமார்

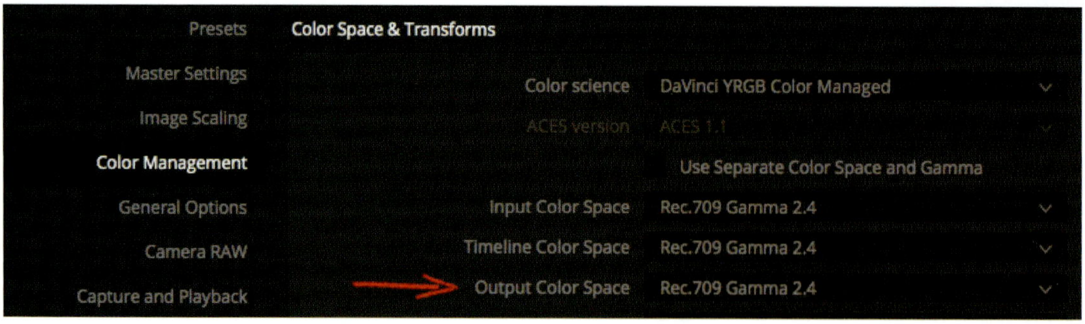

Presets
Master Settings
Color science
DaVinci YRGB Color Managed
Image Scaling
ACES version
ACES 1.1
Color Management
Use Separate Color Space and Gamma
General Options
Input Color Space
Rec.709 Gamma 2.4
Camera RAW
Timeline Color Space
Rec.709 Gamma 2.4
Capture and Playback
Output Color Space
Rec.709 Gamma 2.4

எஸ் லாக் 3 / எஸ் கேமட் சினி

சோனி நிறுவனத்தில் எஸ் லாக் 3 எஸ் கேமட் சினி கலர் ஸ்பேஸ் சினிமா டிஸிபி3 விட சற்றுப் பரந்த நிற வெளிப்பாட்டைக் கொண்டது.

ஃபிலிம் நெகடிவ்வுக்குண்டான நிறப்பண்புகளைக் கொண்டது எஸ் கேமட்.

டாவின்சி வை.ஆர்.ஜி.பி. கலர் மேனேஜ்ட் *(davinc yrgb colour managed)*

திரைப்படத்துறையில் டாவின்சி ரிசால்வ் கலர் க்ரேடிங் மென்பொருள் மிகவும் அதிகமாகப் பயன்படுத்தப்படுகிறது.

டாவின்சி ரிசால்வ் கொண்டு கலர் க்ரேடிங் செய்யும்போது கலரிஸ்டுகள் வை.ஆர்.ஜி.பி. கலர் மேனேஜ்ட் கலர் ஸ்பேஸ் ஆக தேர்வு செய்கிறார்கள்.

இது காட்சி அடிப்படையில் நிற மேலாண்மைத் *(scene referred colour management)* தொழில்நுட்பத்தைக் கொண்டது.

பல்வேறு காட்சிகளில் வெவ்வேறு கலர் ஸ்பேஸ் அமைப்பு கொண்ட ஃபுட்டேஜுகள் ஒரு பொதுவான ஒர்க்கிங் கலர் ஸ்பேஸுக்குள் நிறத்தேர்வு செய்ய வை.ஆர்.ஜி.பி. கலர் ஸ்பேஸ் முறை எளிதாக்குகிறது.

இதில் ஒய் *(Y)* என்பது ஒளிர்வைக் குறிக்கிறது.

நிறத்தேர்வு முறை

Linear
Circle
Polygon
Curve
Gradient
Delete
Surf Board
Mountain
Sky Blur
Circle

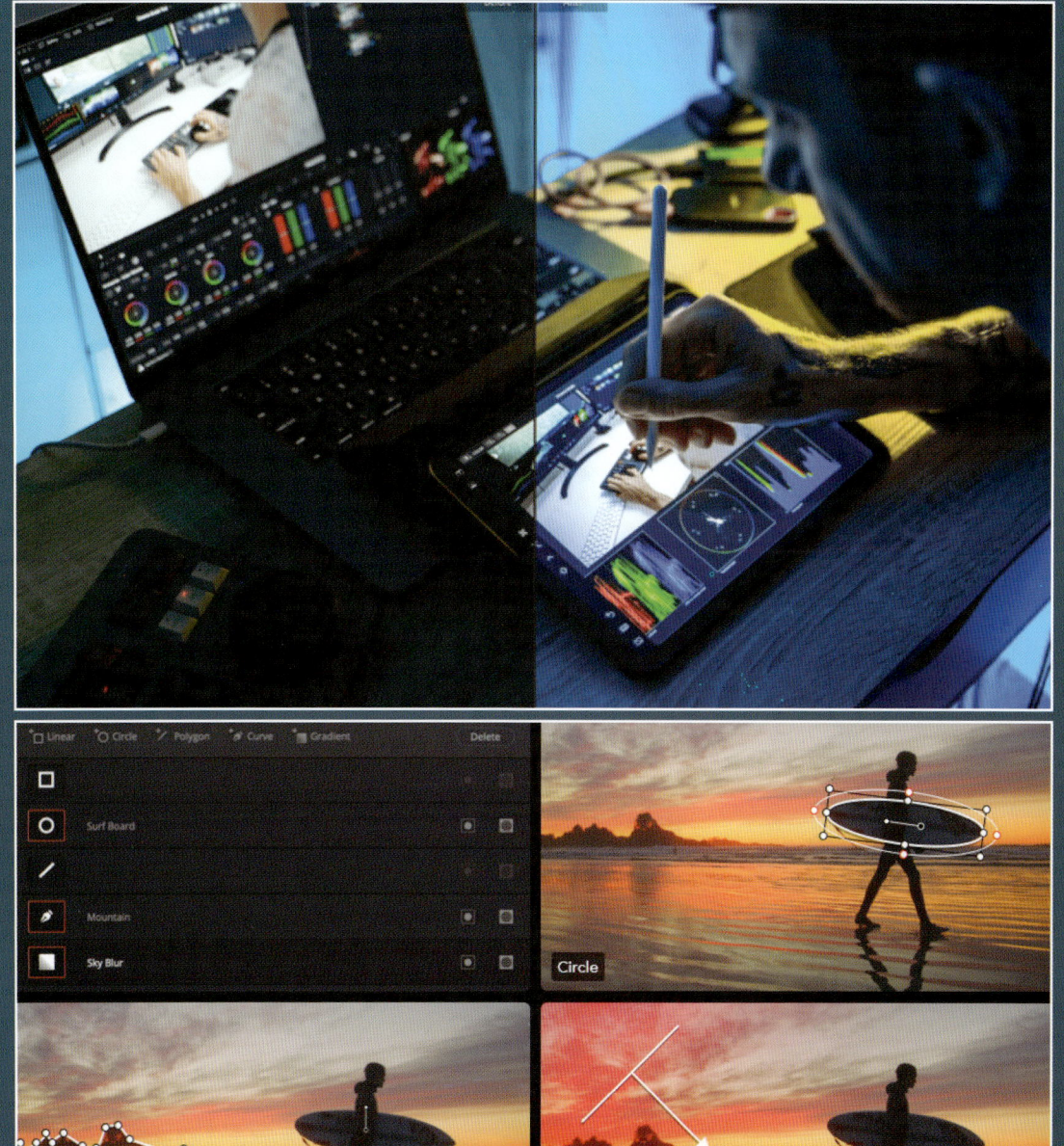

7. நிறத்தேர்வு முறை

நிறத்தேர்வு முறை (colour correction method)

முதலில் காட்சிகளின் கன்ஃபர்ம் வேலைகள் முடிந்த பிறகு, அக்காட்சிகள் நாம் படமாக்கிய அதே ரெசல்யூஷனில் நிறத்தேர்வு அறைக்குக் கொடுக்கப்பட்டுள்ளதா என்று சரி பார்த்து விட்டு மூன்று நிலைகளில் இப்பணி செய்யப்படுகிறது.

அவை :

- ❖ முதன்மை நிறத்தேர்வு (primary colour correction)
- ❖ இரண்டாம் நிலை நிறத்தேர்வு (secondary colour correction)
- ❖ ஃப்ரேமிங் (framing)

முதன்மை நிறத்தேர்வு (primary colour correction)

ஒளிப்பதிவாளர் பதிவு செய்த காட்சிகளின் ஒவ்வொரு ஷாட்டுக்கும் அடிப்படை நிறத்தன்மையை கலரிஸ்ட் கொடுப்பார். இதில் சீரான நிறத்தன்மையைக் கொடுக்க முதலில் சிவப்பு, பச்சை, நீலம் ஆகிய நிறக்கூற்றைக் கொண்டும், காண்ட்ராஸ்ட் (contrast), ப்ரைட்நெஸ் (brightness), நிழல் மற்றும் வெளிச்சப் பகுதியையும் (shadows & highlights), மிட் டோன் (midtone, gamma) ஆகியவற்றையும் சீர்திருத்தி ஒரு கட்ட மைப்புக்குக் கொண்டு வருவார்கள்.

மேலும், கிராஃபிக்ஸ் செய்ய வேண்டிய காட்சிகளும், சண்டைக்காட்சிகளுக்காகப் பயன்படுத்தப்படும் கம்பிகளை (wire removal) நீக்கும் காட்சிகளுக்கும் முதலில் அடிப்படை நிறத்தேர்வு செய்த பின்னர் தான் அக்காட்சிகளின் கிராஃபிக்ஸ் வேலை துவங்கப் படும்.

வி.எஃப்.எக்ஸ் / கலர் க்ரேடிங்

இன்றைய திரைப்படங்களில் கிராஃபிக்ஸ் காட்சிகள் இடம் பெறுவது என்பது மிகவும் இன்றியமையாதது என்றாகிவிட்டது.

ஒரு திரைப்பட உருவாக்கத்தில் அனுபவம் வாய்ந்த இயக்குநர்கள் முதலில் கிராஃபிக்ஸ் காட்சிகளையே படமாக்க முயற்சிப்பார்கள். அதற்கு மிக முக்கியமான காரணம் கிராஃபிக்ஸ் வேலை நிறைவடைய நீண்டகாலம் தேவைப்படலாம் என்பதேயாகும்.

கிராஃபிக்ஸ் காட்சிகள் சிறப்பாக அமைய பல்வேறு நிலைகளில் அதற்குரிய தொழில்நுட்பக் கவனத்தைக் கொடுக்க வேண்டியது ஒளிப்பதிவாளர்களுக்கு அவசியமாகிறது.

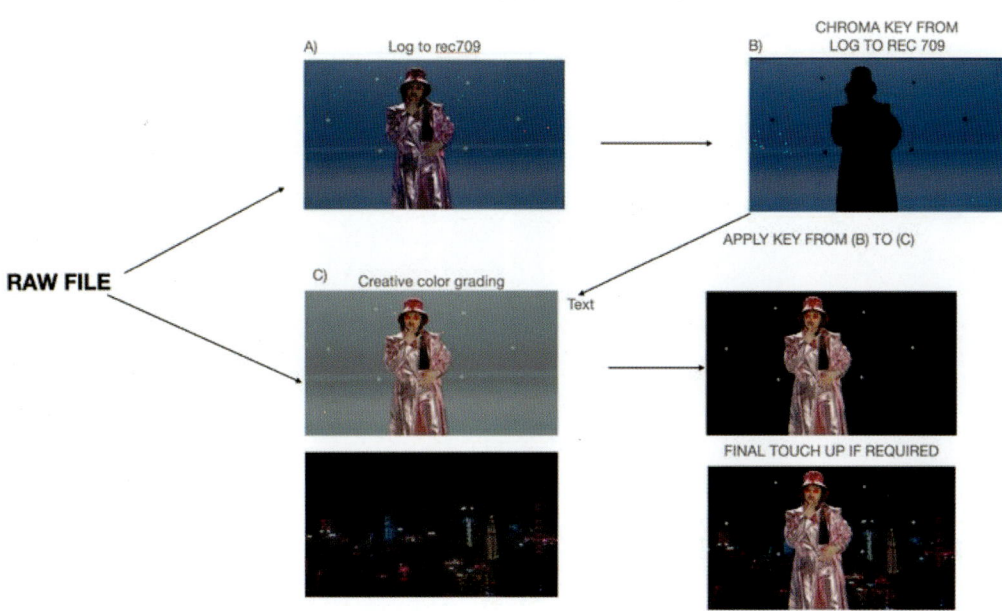

சி.ஜெ.ராஜ்குமார்

கிராஃபிக்ஸ் இடம்பெறும் ஷாட்டுகளை நேரடியாக கிராஃபிக்ஸ் தளத்திற்குக் கொடுக்கக்கூடாது. அவற்றை நிறத்தேர்வு மையத்தில் அடிப்படை நிறத்திருத்தம் (base grade) செய்த பின்னரே கிராஃபிக்ஸ் தளத்திற்கு அனுப்பி அதன் பணிகளைத் துவங்க வேண்டும். நடைமுறையிலும் இதையேதான் பின்பற்றுகின்றனர்.

கிராஃபிக்ஸ் இடம்பெறும் காட்சிகளை பொதுவாக பச்சை அல்லது நீல நிறத் திரைப் (green or blue screen) பின்னணியில்தான் படமாக்குவார்கள். இந்த காட்சிகளை நிறத்திருத்தம் செய்யும்போது அடிப்படை நிறப்பண்புகளை மட்டுமே கவனத்தில் கொண்டு க்ரேட் செய்யவேண்டும்.

க்ரேட் செய்த காட்சிகள் டி.பி.எக்ஸ் (DPX) அல்லது ஈ.எக்ஸ்.ஆர் ஃபைல்களாக க்ராஃபிக்ஸ் தளத்திற்குக் கொடுக்கப்படவேண்டும். சில சமயம் பார்க்கும் லட் (viewing lut) காட்சிகளுடன் இணைத்துத் தரவேண்டி இருக்கும்.

பார்க்கும் லட் அடிப்படை நிறத்திருத்தம் செய்யப்பட்ட கலர் டேட்டா கொண்டது. க்ராஃபிக்ஸ் செய்யும் தொழில்நுட்பக் கலைஞர்களுக்கு இதன் மூலம் க்ரெட் செய்யப்பட்ட சரியான நிறத்தோற்றத்தை புரிந்து கொள்ள உதவும்.

க்ராஃபிக்ஸ் பணி முடிவடைந்த பிறகு மீண்டும் நிறத்தேர்வு மையத்தில் இறுதி கலர் க்ரேட்(final grade) செய்யவேண்டும்.

கலரிஸ்ட் க்ராஃபிக்ஸ் இணைக்கப்பட்ட விஷுவல்களை க்ரேடிங்கில் கலர் கேட்சிங் செய்வதுதான் பிரதானமானது. அதன் பிறகே நிறச்செறிவைக் கூட்டுகிறது அல்லது கலர் டோன் கொடுப்பது ஆகியவை அடங்கும்.

முதன்மை கலர் க்ரேடிங் செய்யும்போது அடிப்படையான தேர்வுகள்

நிறவெப்பம் (colour temperature)

ஃப்ரேமின் நிறவெப்பத்தை மாற்ற வடிவமைக்கப்பட்ட தேர்வுதான் இது. டிகிரி கெல்வின் என்ற எண்களை மாற்றும்போது வண்ணச் சமநிலை அடைய உதவுகிறது.

குறைந்த எண் டிகிரி மதிப்புகள் – வெப்ப நிறத்திற்கானது
அதிக எண் டிகிரி மதிப்புகள் – குளுமையான நிறத்திற்கு ஏற்றது.
இதனுடைய எண் டிகிரி வரம்பு 2000 முதல் 50000
அடிப்படை தேர்வு எண் – 6500

எக்ஸ்போசர்

காட்சியின் ஒளிர்வை ஏற்றவோ அல்லது குறைக்கவோ செய்வது. இதில் வெள்ளை நிற வரம்பு (*white level*) முக்கியமானது.

கூர்மை

டிபேயர் என்னும் கூர்மை வடிகட்டி பயன்படுத்தும்போது காட்சியின் துல்லியத்தை வேறுபடுத்த இயலும்.

வரம்பு – 0 முதல் 100

அடிப்படை வரம்பு எண் – 20

ஹைலைட்ஸ்

காட்சியில் ப்ளோன் அவுட் ஒளிர்வுகளை தேர்வு செய்து அதன் விவரங்களை மீட்டெடுப்பதோடு அதை படிப்படியாக மிகவும் மென்மையாக மிட்டோன் பகுதிக்கு செல்வது.

வரம்பு: – 100 முதல் +100 வரை

அடிப்படை வரம்பு : 0

நிழல்கள்

இந்த ஆப்ஷன் பயன்படுத்தி நிழற் பகுதிகளை மென்மையாக்கவோ அல்லது அடர்த்தியாக்கவோ முடியும். இதன் மதிப்பீடுகளை உயர்த்தும்போது பூஜ்ஜியத்திற்குக் கீழே உள்ள பதிவு செய்யப்பட்ட விவரங்களை மீட்டெடுக்கிறது.

வண்ண ஏற்றம் (colour boost)

நிறச்செறிவைக் கூட்டவோ அல்லது குறைக்கவோ செய்வது.

வரம்பு எண் : – 100 முதல் +100 வரை

அடிப்படை வரம்பு : 0

மிட்டோன் டீட்டெய்ல்ஸ்

இதன் வரம்பு உயர்த்தப்படும்போது காட்சியில் உள்ள அதிக காண்ட்ராஸ்ட் உள்ள பகுதிகளின் விளிம்பு தோற்றத்தை கூர்மையாக்குகிறது.

லிஃப்ட் (lift)

இதன் மூலம் கருநிறத்தன்மையை உயர்த்தவோ அல்லது குறைக்கவோ முடியும்.

வரம்பு; மிட்டோன் முதல் ஒயிட் லெவல் வரை

கேய்ன் (gain)

கேய்ன் மூலம் வெண்மைத்தன்மையை கூட்டவோ அல்லது குறைக்கவோ முடியும். வரம்பு – மிட்டோனிலிருந்து ப்ளாக் லெவல் வரை.

காண்ட்ராஸ்ட்

இதன் மதிப்பீடுகளை உயர்த்தும்போது மிட்டோன் 50% பாதிக்கப்படாமல் நிழல்களைக் குறைக்கிறது. ஹைலைட்டை உயர்த்துகிறது.

வரம்பு : – 100 முதல் +100 வரை

அடிப்படை வரம்பு : 0

இரண்டாம் நிலை நிறத்தேர்வு (secondary colour correction)

முதன்மை நிறத்தேர்வு முடிந்த பிறகு செய்யப்படும் இரண்டாம் நிலை நிறத்தேர்வு மிக முக்கியமானது.

இங்கே,
- நிழற்பகுதியில் டீடெயில்ஸ் (details) கொண்டுவருவது (shadow lift).
- கருநிறத்தன்மையை அதிகரிப்பது (black level enhancement).
- ஒளிர்தன்மையை அதிகரிப்பது (highlight gain luminance).

அதன்பின் உயர்ரக மென்பொருள் சாதனங்களான (tools)
- ஷேப் (shape)
- மேட் (matte)
- மாஸ்க் (mask)
- ஹியூ ஷிப்ஃட் (hue shift)
- கர்வ் க்ரேட் (curve grade)

மேற்கண்டவற்றை உபயோகித்து ஃப்ரேமில் எந்தப் பகுதிக்கும் வேறுபட்ட நிறத்தன்மையை அடையலாம்.

உதாரணம் :

- வானத்தை நல்ல நீல நிறமாக்கலாம்.
- பச்சை இலைகளை ஆரஞ்சு நிற இலைகளாக மாற்றலாம்.
- ஒரு பகுதி வண்ணமாகவும் மற்றொரு பகுதியைக் கருப்பு வெள்ளையாகவும் மாற்றலாம். இப்படி நம் கற்பனைக்கேற்றவாறு பல நிறத்தன்மை அடையலாம்.

- அதோடு குறிப்பிட்ட பகுதியைத் தேர்ந்தெடுத்து வெளிச்சத்தை குறைக்கலாம் அல்லது அதிகரிக்கலாம்.
- டிஜிட்டல் ஃபில்ட்ரேஷன் (digital filtration) மூலம் ஒரு காட்சியை மென்மையாக்குவது (soft effect), துல்லியமாக்குவது (sharpen).
- மோஷன் ட்ராக்கிங் (motion tracking) மூலம் காமிரா நகர்வுகளால் அசையும் குறிப்பிட்ட பகுதியைத் தொடர்ந்து (tracking) நிறத்தன்மையை நிர்ணயிப்பது.
- கதைக்கேற்றவாறு குறிப்பிட்ட டோன் செஃபியா (sepia), ஆரஞ்ச் (orange warm), நீலம் (blue) இப்படிப் பல்வேறு நிறத்தன்மையை இரண்டாம் நிலை நிறத்தேர்வு மூலம் அடையலாம்.
- டே ஃபார் நைட் (day for night), பகலில் படமாக்கி இரவு போல நிறத்தன்மையின் மூலம் அடைவது.

டே ஃபார் நைட் (Day for Night)

திரைப்பட ஷூட்டிங்கின்போது பல சமயங்களில் இரவு நேரத்தில் படமாக்க இயலாமல் போகும். குறிப்பாக இரவுநேர வெளிப்புறக்காட்சிகளுக்கு ஒளியமைக்க வசதியில்லாமல் போகலாம் அல்லது லொகேஷன்களில் இரவு நேரத்தில் படமாக்குவதில் சிரமங்கள் இருக்கலாம். அதற்கு ஒரே தீர்வு, பகல் வெளிச்சத்தில் படமாக்கிவிட்டு க்ரேடிங்கில் இரவு நேரக்காட்சியாக மாற்றுவது.

டே ஃபார் நைட் காட்சிகளை பகலில் படமாக்கும்போது ஒளிப்பதிவாளர் மிகவும் கவனமாகப் படமாக்கவேண்டும். குறிப்பாக, ஓவர் எக்ஸ்போசர் ஆகாமல் பதிவு செய்ய வேண்டும்.

ஃப்ரேமில் இரவு நேரத்தைக் குறிக்கும் விளக்குகள் இருந்தால் கலரிஸ்ட் அதை ஒரு வெப்ப ஒளியாக (warm light) உருவாக்கி விடுவார்.

டே ஃபார் நைட் க்ரேடிங்கில் முதலில் பகல் வெளிச்சத்திலிருக்கும் காட்சிகளை முதன்மை நிறத்திருத்தம் செய்து ஒரு சமச்சீர் தன்மையை கலரிஸ்ட் உருவாக்குவார்.

பின்னர் மிட்டோன் (mid tone) மதிப்பீட்டை மாற்றுவதன் மூலம் ஒளிர்வு மற்றும் காண்ட்ராஸ்டின் அளவு குறைக்கப்படவேண்டும்.

ஃப்ரேமில் ஓர் இருண்ட காட்சியாக உருவாக்கப்பட்ட பின்னர் கலரிஸ்ட் நீலம் அல்லது மயில் நீல நிற டோன் கொண்டு வரும்போது இரவின் தன்மையை அடையமுடியும்.

இதன் பிறகு ஃப்ரேமில் ஏதாவது லைட் சோர்ஸ் இருந்தால் வெப்பநிற ஒளிக்கீற்றை கலர் கிரேட் மூலம் செய்தால் காட்சி தத்ரூபமாக இருக்கும்.

டே ஃபார் நைட் க்ரேடிங் செய்யும்போது பவர் விண்டோஸ், கர்வ் ஆகிய நுட்பங்களைப் பயன்படுத்தி ஃப்ரேமின் பல பகுதிகளாகப் பிரித்து அதில் ஒளிர்வை வெவ்வேறு நிலைகளில் மாற்றம் செய்யப்படும்.

சி.ஜெ.ராஜ்குமார்

இன்று பெரும்பாலும் அனைத்துத் திரைப்படங்களிலும் பெரும்பாலும் டே ஃபார் நைட் காட்சிகள் இடம் பெறுகின்றன.

சாயல் மற்றும் நிறச்செறிவு வளைவு க்ரேடிங் கூடுதல் கட்டுப்பாடுகள்

சாயல் vs சாயல்

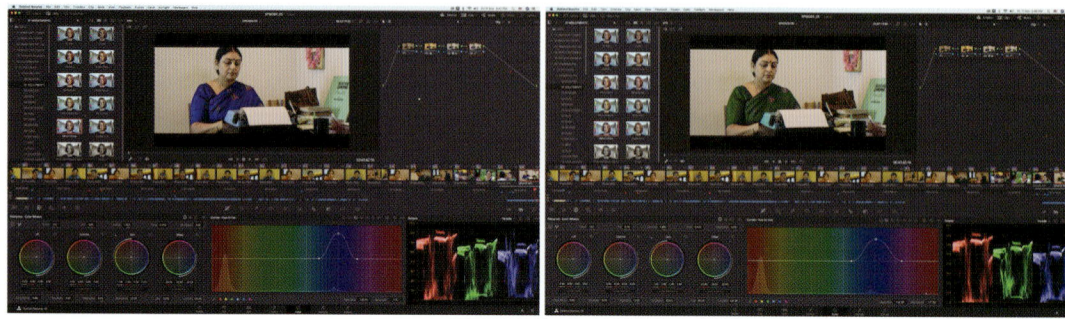

இந்த வண்ண வளைவு ஆப்ஷன் மூலமாக க்ரேடிங்கில் ஃப்ரேமில் குறிப்பிட்ட நிறச்சாயலிலிருந்து மற்றொரு நிறச்சாயலுக்கு எளிதாக மாற்ற முடியும்.

இந்த நிறவளைவு மூலம் ஃப்ரேமில் குறிப்பிட்ட பகுதியின் நிறச்சாயலை மற்ற பகுதியில் உள்ள நிறங்களை பாதிக்காதவாறு எளிதாக மாற்றலாம்.

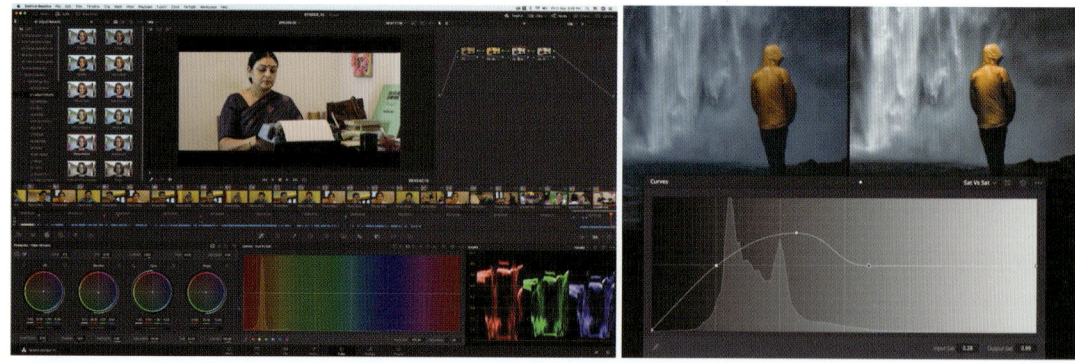

உதாரணம்: ஃப்ரேமில் குறிப்பிட்ட கதாபாத்திரத்தின் ஆடை நிறச்சாயலை (ஆரஞ்சு நிறத்தில் இருந்தால் அதை மஞ்சள் நிறத்திற்கு) மற்றப் பகுதிகள் பாதிக்காதவாறு மாற்றலாம்.

சாயல் vs நிறச்செறிவு

இந்த ஆப்ஷன் மூலமாக ஃப்ரேமில் குறிப்பிட்ட பகுதியைத் தேர்வு செய்து அதன் நிறச்செறிவை கூட்டவோ குறைக்கவோ அல்லது மாற்றவோ முடியும்.

நிறம் ஹைலைட் கண்ட்ரோல்

பதிவு செய்யப்பட்ட காட்சியின் ஓர் பகுதியில் மட்டுமே ஒளிர்வைக் கூட்ட கலர் க்ரேடிங் மென்பொருளில் உள்ள ஹைலைட் கண்ட்ரோல் மூலம் செய்யலாம்.

அதற்கு ஃப்ரேமில் உள்ள நிறவேறுபாடுகளை வைத்தே தேர்வு செய்து எந்தப் பகுதி வேண்டுமோ அந்த நிறப்பகுதியைக் க்ளிக் செய்து ஒளிர்வைக் கூட்டலாம்.

டீ நாய்ஸ்

காட்சிகளை அண்டர் எக்ஸ்போஸ் செய்யும்போது புள்ளிகள் தோன்றும். அவற்றைச் சில சமயங்களில் ஒளிப்பதிவாளர் கலாப்பூர்வமாக அணுகவும் வாய்ப்புண்டு. ஆனால் பொதுப்படையாக ஃப்ரேமில் புள்ளிகள் தோன்றுவதைக் குறையாகப் பார்க்கும் வாய்ப்புள்ளதால் அதைச் சரி செய்ய

க்ரேடிங்கில் டீ நாய்ஸ் மற்றும் க்ளீன் ப்ளாக் போன்ற நுட்பங்களைப் பயன்படுத்தி புள்ளிகளை அகற்ற கலரிஸ்ட் முயற்சிப்பார்.

பவர் விண்டோஸ்

விடியோ க்ளிப்புகளின் ஒரு குறிப்பிட்ட பகுதியைக் கலர் க்ரேடிங் செய்யவும், ஃப்ரேமில் காமிரா மற்றும் கதாபாத்திரங்களின் அசைவுகளைப் பின்தொடரவும் (tracking) பவர் விண்டோஸ் நுட்பம் பயன்படுகிறது.

பவர் விண்டோஸ் மூலம் ஃப்ரேமில் வெவ்வேறு பகுதிகளாகப் பிரிக்க பல்வேறு விதமான வடிவங்களை உருவாக்க முடியும்.

ஃப்ரேமில் ஒரு குறிப்பிட்ட பகுதியைத் தேர்வு செய்து நிறத்தில் மாற்றம் செய்வது, ஒளிர்வை கூட்டவோ அல்லது குறைக்கவோ செய்வது போன்ற கட்டுப்பாடுகளை இயக்க பவர் விண்டோஸில் உள்ள வடிவங்களை கலரிஸ்ட் பயன்படுத்தலாம்.

சி.ஜெ.ராஜ்குமார்

இதில் சதுரம், வட்டம், செவ்வகம் ஆகியவற்றை ஃப்ரேமின் தேவையான பகுதியில் பொருத்தி அதன் வழியாக அந்த வடிவங்களுக்கு உட்பட்ட பகுதியை மட்டுமே நிறத்தேர்வு செய்ய வழி வகுக்கிறது.

பவர் விண்டோஸில் தன்னிச்சையான வடிவங்களையும் கலரிஸ்ட் உருவாக்கி அந்தப் பகுதியில் மட்டுமே கவனம் செலுத்தலாம்.

க்ரேடியண்ட் டூல் அம்பு குறிபோல காணப்படும் பவர் விண்டோஸ் ஃப்ரேமில் மேல் அல்லது கீழ் பகுதியில் வைத்து க்ரேட் செய்யலாம். இதன்மூலம் நிறம் அல்லது வெளிச்சத்தை ஃப்ரேமில் படிப்படியாக செலுத்தலாம்.

நகர்வுகளைப் பின் தொடர்வது (object tracking)

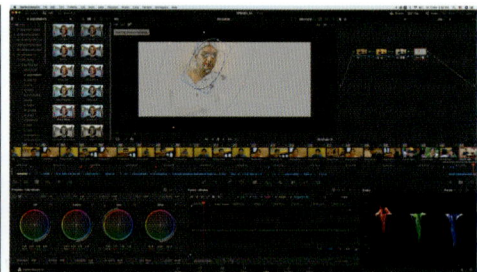

விடியோ காட்சிகளில் க்ரேடிங் செய்யும்போது மிகவும் முக்கியமானது காமிரா அல்லது கதாபாத்திரங்களின் அசைவுகளை சரியாக டிராக் செய்து நிறத்திருத்தத்தைத் தொடர்வது. டிராக்கிங் செய்ய முக்கியமான தேர்வுகள் உள்ளன.

கலர் க்வாலிஃபையர் (colour qualifier)

டிஜிட்டல் கலர் க்ரேட் செய்யும் போது உள்ள சிறப்பம்சம் ஃப்ரேமின் ஏதேனும் ஓர் பகுதியை மட்டும் ஒளிர்வு மற்றும் நிறத் தன்மையை கூட்டவோ அல்லது குறைக்கவோ செய்வது. அதை செய்வதற்குப் பல்வேறு ஆப்ஷன்கள் இருந்தாலும்

கலர் க்வாலிஃபையர் என்ற அப்ளிகேஷன் முக்கியமானது.

உதாரணம்: ஃப்ரேமில் பெண் கதாபாத்திரத்தின் க்ளோசப் காட்சி பின்னணியில் ஜன்னல் உள்ளது. இப்போது கலரிஸ்டிடம் முகத்தின் பகுதியை மட்டும் விஷுவல் மாற்றம் கொண்டு வர விரும்புகிறீர்கள் என்றால்,

க்வாலிஃபையர் மூலம் செய்யப்படும் முறை :

- ❖ ஃப்ரேமில் முகத்தின் பகுதியை மட்டும் தேர்வு செய்வது.
- ❖ அடுத்து அந்தப் பகுதியை க்வாலிஃபையர் மூலம் எந்த நிறச்சாயல் கொண்டுள்ளது என்பதை அறிந்துத் தேர்வு செய்வது.
- ❖ நிறச்செறிவு மற்றும் ஒளிர்வு ஆப்ஷன் மூலம் மற்றப் பகுதிகளை விலக்குவது.
- ❖ தேர்வு செய்யப்பட்ட பகுதியை ரோட்டோ போடுவது.
- ❖ கதாபாத்திர அசைவுகள் இருந்தால் டிராக்கிங் சேர்ப்பது.

❖ மேலும் ஃப்ரீ ஃபில்டர் என்ற ஆப்ஷனைப் பயன்படுத்தி கருப்பு மற்றும் வெள்ளை ரேடியல் கூட்டி தேவையற்ற பகுதியின் டீடெய்ல்லை முழுமையாக விலக்குவது.

இப்போது ஃப்ரேமில் க்வாலிஃபையர் மூலம் தனிமைப் படுத்தப்பட்ட பகுதியை கலரிஸ்ட் எளிதாக நிறத்தை மாற்றலாம். வெளிச்சத்தை மாற்றி அமைக்கலாம். இதன் மூலம் ஃப்ரேமில் தேர்வு செய்யப்படாத பகுதியில் எந்தப் பாதிப்பும் ஏற்படாதவாறு க்ரேடிங் நுட்பத்தைக் கையாள முடியும்

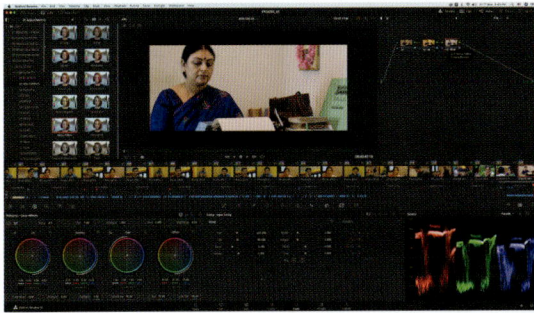

பான் மற்றும் டில்ட்

இதன் மூலம் கிடைமட்டம், செங்குத்தான நிலைகளில் டிராக்கிங் செய்து நிறத்தேர்விற்கான பவர் விண்டோஸ் செலுத்த இயலும்.

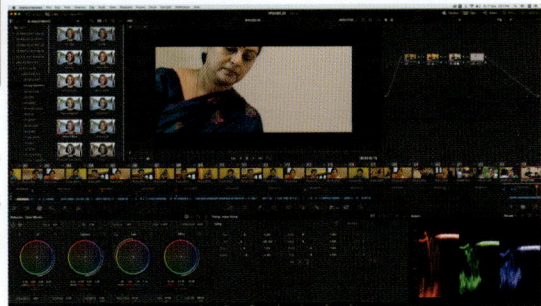

ஜூம்

கலரிஸ்ட் நிறத்தேர்வு அப்ளிகேஷன்ஸை நகரும் தன்மை யுடையவற்றை டிராக் செய்ய ஒரு அளவிலிருந்து மற்றொரு அளவிற்கு மாற்ற முடியும்.

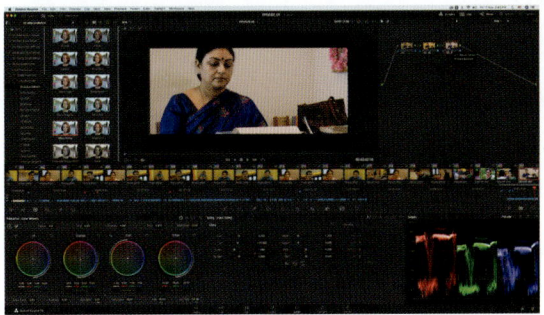

சுழல் (rotate)

சப்ஜெக்ட்டுடன் டிராக் செய்ய சுழற்சியை உருவாக்கி அதனுடனேயே பின் தொடர்வது.

3-டி ஸ்பேஸ்

மூன்று திசைகளில் இருக்கும் அசைவுகளை டிராக் செய்யும் ஆப்ஷன் 3டி ஸ்பேஸ்.

கலர் க்ரேடிங் சிறப்பு நுட்பங்கள்

காட்சியை அழகு படுத்தக்கூடிய நுட்பங்கள் கலர் க்ரேடிங்கில் நிறைய உள்ளது. இது எஃப்.எக்ஸ். ப்ளக் இன் *(fx plugin)* என்று அழைக்கப்படுகிறது.

❖ பல்வேறு வகையான மங்கலான ஒளிகள் *(blurs)*
❖ சிறப்பு வண்ணத் தோற்றங்கள் *(special colour effects)*
❖ பிரகாச ஒளிர்வுகள் *(glows)*
❖ லென்ஸ் ஃப்ளேர்கள் *(lens flares)*

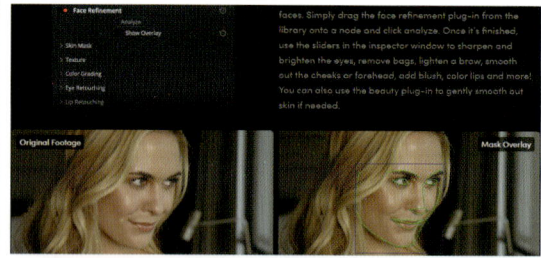

- ❖ விக்னெட்டுகள் *(vignettes)*
- ❖ கூர்மைப் படுத்துதல் *(sharp)*
- ❖ காட்சியை மீட்டல் *(image restoration)*
- ❖ அழகுக் கருவிகள் *(beauty tools)*

கலர் க்ரேடிங்கில் ஃப்ரேமில் தேவையற்ற கூறுகளை அகற்றவும் முடியும்.

ஃப்ரேமில் காம்போசிஷனை பலவீனமாக்கும் ஆப்ஜெக்ட்டை படமாக்கும்போது தவிர்க்க இயலாமல் பதிவு செய்தவற்றை க்ரேடிங்கில் நீக்க முடியும். அதற்குக் கலரிஸ்ட் விண்டோஸ், டிராக்கிங் மற்றும் ரிமூவல் ப்ளக் இன் *(removal plug in)* பயன்படுத்துவர்.

முகத்தில் உள்ள சுருக்கங்களையும் க்ரேடிங்கில் நீக்கவும் மென்மையாக்கவும் முடியும்.

இதுபோக ஒளிக்கீற்றுகள், லென்ஸ் ஃப்ளேர்கள், பிரகாச ஒளிர்வுகள் ப்ரேமில் ஒரு சிறப்பு ஒளியமைப்பை உருவாக்க முடியும்.

இரண்டாம் நிலை நிறத்தேர்வு முடியும் தருவாயில் கிராஃபிக்ஸ் பணி செய்த காட்சிகள் நிறைவடைந்து, கம்பிகள் நீக்கம் செய்யப்பட்ட காட்சிகளும் நிறத்தேர்வு அறைக்கு வரும். அக்காட்சிகளுக்கான இறுதி நிறத்தேர்வு மற்றக் காட்சிகளோடு ஒப்பிட்டுப் பார்த்து செய்யப்படும்.

ஃப்ரேமிங் (framing)

திரை வடிவம் என்பது ஒளிப்பதிவாளர் அத்திரைப்படத்தின் எந்த வெளியீட்டு அளவுகோளை நிர்மாணிக்கிறாரோ அதையே கலரிஸ்ட்டும் பின்பற்றுவார்.

- *35 எம்.எம். சதுர முறையின் அளவுகோல் – 1:1:37*
- *டெலிவிஷன் அகன்றதிரை – 1:1:235 (சினிமாஸ்கோப்)*
- *ஐரோப்பிய அகன்றதிரை 1:1.85*

இன்று பெரும்பாலான திரைப்படங்களின் திரைவடிவ விகித்தில் *1:1:235* சினிமாஸ்கோப் முறையையே பின்பற்றுகிறார்கள்.

நாம் பதிவு செய்த காட்சிகள் நிறத்தேர்வு மையத்தில் திரையிடல் வகையான சினிமாஸ்கோப் முறைக்கு உட்படுத்தும்போது ஃப்ரேமில் மேல் பகுதியையும்/ கீழ்ப்பகுதியையும் கொஞ்சம் இழக்க நேரிடும்.

அதனை முன்னிட்டு ஒளிப்பதிவாளர் கலரிஸ்ட் உதவியுடன் தனக்கு எந்தப் பகுதி இழப்பின்றி வேண்டும் என்று தீர்மானித்து மேலே அல்லது கீழே சட்டகத்தை நகர்த்தி முடிவு செய்வார்.

ஒவ்வொரு காட்சிக்கும் முழுமையான நிறத்தேர்வு பணி முடிந்த பிறகு படத்தொகுப்பு முறையில் பயன்படுத்திய எபெஃக்ட்ஸ் *(effects)*, கிராஃபிக்ஸ் *(graphics)*, டைட்டில்ஸ் *(titles)* ஆகியவற்றை இணைத்து ரெண்டரிங் *(rendering)* செய்யப்படும்.

பின்னர் நிறத்தேர்வு செய்த காட்சிகள் சரியான வரிசைப்படி உள்ளதா என்று படத்தொகுப்பாளர் ஆராய்வார். பிறகு மொத்தத் திரைப்படத்தின் காட்சிகள் சரியான நிறத்தேர்வு குறிப்புகளுடன் 2கே/ 4கே ரெசல்யூஷனில் டி.பி.எக்ஸ். *(DPX)*, டிஃப் அல்லது ஜெ2சி ஃபைல்களான இதில் ஏதேனும் ஒன்றை ஹார்ட் டிஸ்க்கில் நகலெடுத்து *(copying)* ஃபிலிம் மாஸ்டரிங் செய்ய நிறத்தேர்வு மையத்திலிருந்து கொடுப்பார்கள்.

ஓடிடி க்கு எஸ்.டி.ஆர்*(SDR)* மற்றும் ஹெச்டிஆர் *(HDR)* ஃபார்மட்டில் எம் ஓ வி *(mov)* ஃபைல்களாக 2கே/ 4கே, ஃபுல் ஹெச்டி *(FULL HD)* ஆகிய அனைத்து ரெசல்யூஷன்களில் கொடுக்கவேண்டும்.

நிறத்தேர்வுப் பணியானது திரைப்படத் தயாரிப்பின் இறுதிக்கட்டத்தில் நடைபெறும். இதனால் தயாரிப்புத் தரப்பிலிருந்து இசை வெளியீடு, திரைப்பட விநியோகம், படத்தை திரையரங்கங்களில் வெளியிட வேண்டிய காரணங்களுக்காக இந்த வேலையை விரைந்து முடிக்க நிர்ப்பந்திப்பார்கள்.

ஒளிப்பதிவாளருக்கு தரமான பங்களிப்பையும், இந்த வேலை சரியான திசையில் செல்கிறதா, நிறத்தேர்வு பணி நிறைவடையும் தருவாயில் கிராஃபிக்ஸ், டைட்டில்ஸ், எடிட்டிங் எபெக்ட்ஸ் முடிந்து விட்டதா என்று தொடர்ந்து கண்காணித்து நிறத்தேர்வு மையத்தில் நிர்வாக இயக்குநர் *(line producer)* திறம்பட செயல்படுவார். திரைப்படக் காட்சிகளின் ஹார்ட் டிஸ்க்குகள் அனைத்தின் பாதுகாப்பும் இவரது பொறுப்பாகும்.

நிறத்தேர்வு பணியை தினமும் எட்டு மணி நேரம் செய்வார்கள். ஒரு திரைப்படத்தின் தன்மையைப் பொருத்து சுமார் பதினைந்து நாட்களிலிருந்து முப்பது நாட்கள் வரை இப்பணி நடைபெறும்.

ஹெச்.டி.ஆர். க்ரேடிங்

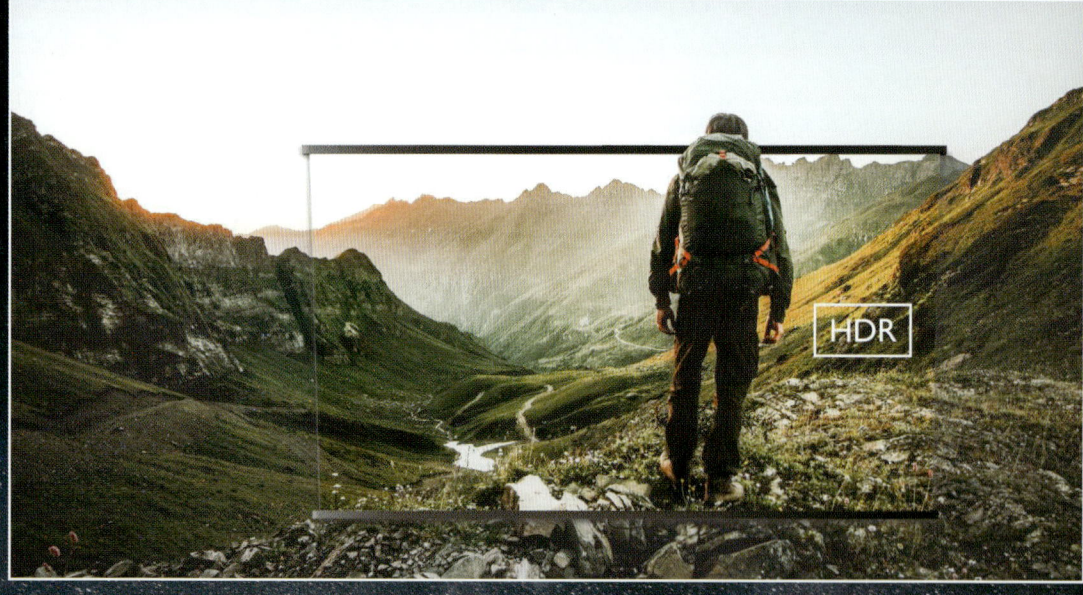

8. ஹெச்.டி.ஆர். க்ரேடிங்

ஹை டைனமிக் ரேஞ்ச் (high dynamic range) கலர் க்ரேடிங் இன்றைய காலகட்டத்தில் மிகவும் பிரபலமடைந்து வருகிறது. பல்வேறு ஓ.டி.டி. தளங்கள் ஹெச்.டி. ஆர். முறையில் க்ரேட் செய்து திரைப்படத்தின் இறுதி வடிவத்தையும் அதன் அடிப்படையிலேயே வழங்கிட வேண்டுகிறார்கள்.

அதற்கு முக்கிய காரணம், தற்போது டெலிவிஷன்களில் ஹெச்.டி. ஆர். தொழில்நுட்பம் கொண்ட மாடல்கள் பிரபலமாகி வருகிறது.

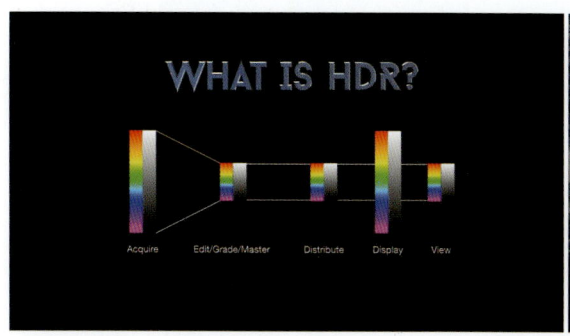 

ஹெச்.டி. ஆர். கலர் க்ரேடிங் முறையானது ஸ்டாண்டர்ட் டைனமிக் ரேஞ்ச் கிரெடிங் முறையை விட சற்று மாறுபட்ட தன்மையுடையது.

திரையரங்குகளில் வெளியிடப்படும் படைப்புகளுக்கு ஸ்டாண்டர்ட் டைனமிக் ரேஞ்ச் அல்லது எஸ்.டி. ஆர். கிரேடிங் முறையே பின்பற்றப்படுகிறது.

ஸ்டாண்டர்ட் டைனமிக் ரேஞ்ச் அல்லது எஸ்.டி. ஆர். க்ரேடிங் முறையில் டிஸ்ப்ளே மானிட்டர் மற்றும் ப்ரொஜெக்டர் கொண்டு நிறத்திருத்தம் செய்யும்போது திரையரங்குகளுக்கு 48 நிட் வெளிச்சத்தை அடிப்படையாக வைத்தும் டெலிவிஷனுக்கு 100 நிட்டும் நிர்மாணிக்கப்படும்.

ஹெச்.டி. ஆர். கலர் க்ரேடிங் முறையில் முக்கியமானது அதன் நிட் வெளிச்சம் 1000 லிருந்து 10000 வரை உள்ளது.

ஹெச்.டி.ஆர். முறையில் க்ரேட் செய்யும்போது மிகவும் முக்கியமானது கலர் க்ரேடிங் மானிட்டர். ஹெச்.டி.ஆர் வசதி பெற்றதாக இருப்பதோடு குறைந்தது 1000 நிட் வெளிச்சத்தை அடிப்படையாகக் கொண்டதாக இருக்கவேண்டும்.

ஹெச்.டி.ஆர். கலர் க்ரேடிங் முறையில் ஈடுபடும்போது காமிராவால் பதிவு செய்யப்பட்ட காட்சிகளில் உள்ள நிறவெளிப்பாடுகளின் அளவுகோலை முழுமையாக பயன்படுத்திக்கொள்கிறது. இருண்ட பகுதி மற்றும் உயர் வெளிச்ச பகுதிகளில் தென்படும் விவரங்களை மனிதக் கண்களுக்கு இணையாக மீட்டெடுக்கிறது. ஹெச்.டி. ஆர். க்ரேடுகளில் நிட் வெளிச்சம் பன்மடங்கு அதிகரிப்பதால் நிறத்தன்மையிலும் மேம்படுகிறது.

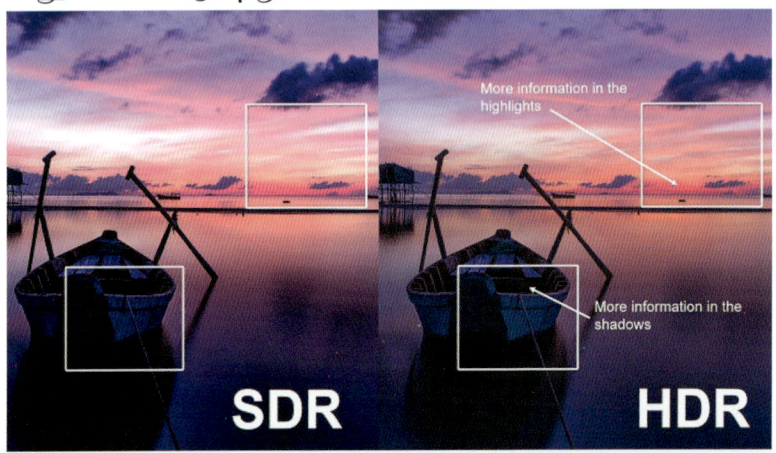

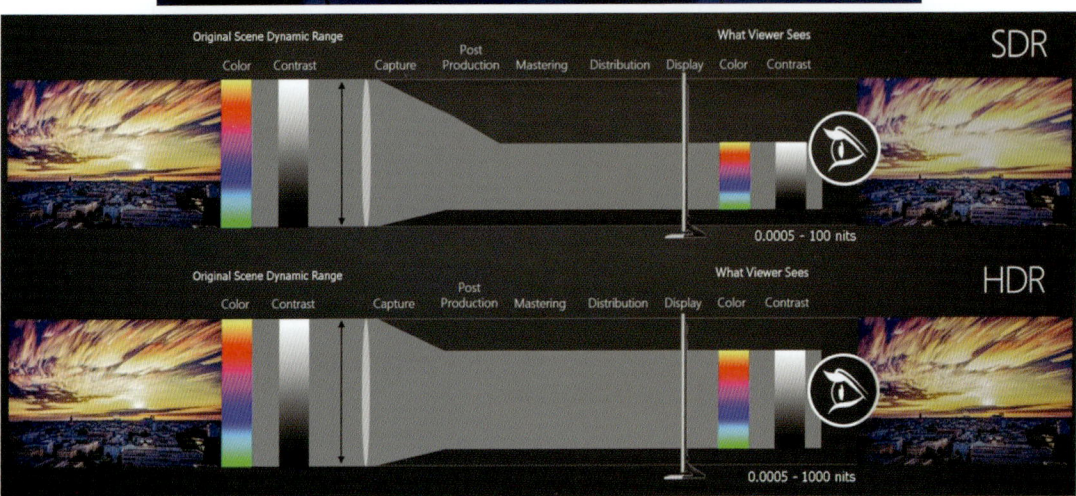

ஹெச்.டி.ஆர் க்ரேடிங் முறையால் ஒளிப்பதிவாளர்கள் பதிவு செய்த காட்சியின் தன்மையை ஸ்டாண்டர்ட் க்ரேடிங் முறையை விட புதிதாக எதையும் மாற்றி அமைக்க இயலாது.

ஆனால் கூடுதலான விவரங்களை மீட்டெடுக்க இயலும்.

ஹெச்.டிஆர். தொழில்நுட்பம் ஹெச்.டி.ஆர்.10. ஹெச்.எல்.ஜி. (HLG), டால்பி விஷன் (Dolby vision) ஆகிய பிரிவுகளாக உள்ளது.

ஹெச்.டி.ஆர். க்ரேடிங் செய்யும்போது காமா முறைக்குப் பதில் பி.க்யூ (pq curve) கர்வ் பயன்படுத்தப்படுகிறது. இதன் மூலம் அதிகபட்சமாக 10000 நிட் வெளிச்சம் வரை தேர்வு செய்ய இயலும்.

தற்போது பல்வேறு கலர் க்ரேடிங் தளங்களில் ஹெச்.டி.ஆர். சிக்னல் முறையில் நிறத்திருத்தம் செய்த பிறகு அதை டெலிவரி கண்டன்டாக மாற்றும்போது ஹெச்.டி.ஆர்.10 மற்றும் டால்பி விஷன் (ஹெச்.டி.ஆர்) முறைக்கு கண்டன்ட் மாற்றப்படுகிறது.

இதில் டால்பி விஷன் முறைக்கு மாற்றுவதற்கு லைசன்ஸ் தொகையை தயாரிப்பாளர் செலுத்த வேண்டும்.

டால்பி விஷன் முறையில் சில நன்மைகள் உண்டு. க்ரேட் முடித்த பிறகு டால்பி விஷன் மூலமாகச் சென்றால் அதில் இரண்டு அடுக்குகளில் சிக்னல் வைக்க அனுமதிக்கிறது.ஒன்று ஹெச்.டி.ஆர். மற்றொன்று எஸ்.டி.ஆர். சிக்னலை சேர்க்கவும் முடியும்.

இதன் மூலம் டெலிவரி ஃபார்மட்டில் இரண்டு ஆப்ஷன்கள் இருப்பதால் திரையரங்கிற்கும் மற்றும் ஓ.டி.டி. தளத்திற்கும் பொருந்துகிறது. டால்பி விஷன் ஹெச்.டி.ஆர். அவுட்புட்.

ஹெச்.டி.ஆர் 10 முறையில் டெலிவரி கொடுக்கும்போது ஹெச்.டி.ஆர். க்ரேட் அவுட்புட் தனியாகவும், எஸ்.டி.ஆர். க்ரேட் அவுட்புட் தனியாகவும் ரெண்டர் (render) செய்தாக வேண்டும்.

ஹெச்.டி.ஆர்.க்ரேடிங்கில் பரந்த தன்மையுடைய கலர்ஸ்பேஸ் பயன்படுத்தப்படுகிறது ரெக் 2020 மற்றும் பி3.

நிறத்தேர்வு மையத்திலிருந்து திரைப்படத்தின் டெலிவரி ஃபார்மட்டில் ஸ்டாண்டர்ட் டைனமிக் ரேஞ்ச் (எஸ்.டி.ஆர்.) திரையரங்கங்களுக்கானது.

ஆனால் ஓ.டி.டி. தளங்களுக்கு இரண்டு ஃபார்மட்டிலும் (அதாவது எஸ்.டி.ஆர். மற்றும் ஹெச்.டி.ஆர்) திரைப்பட கண்டன்ட்டை அளிக்க வேண்டும்.

டிஜிட்டல் ஃபிலிம் மாஸ்டரிங்

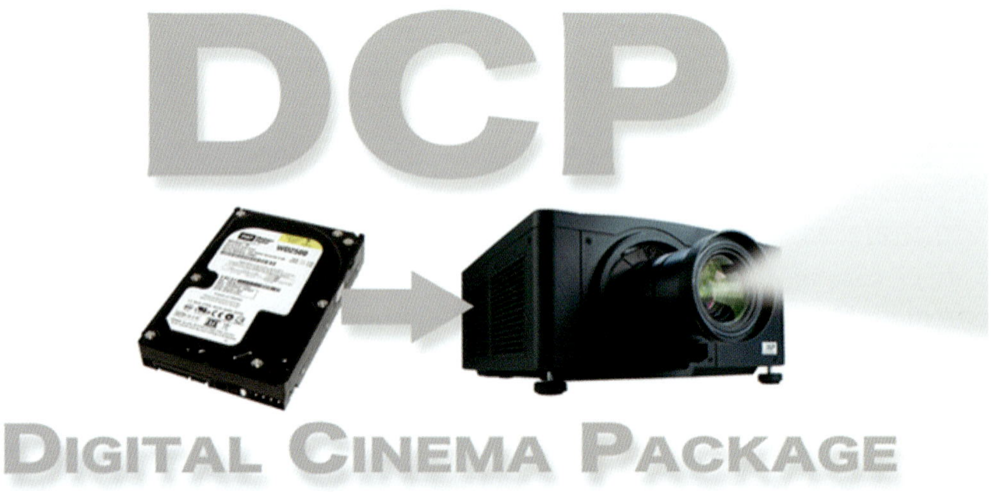
DCP
DIGITAL CINEMA PACKAGE

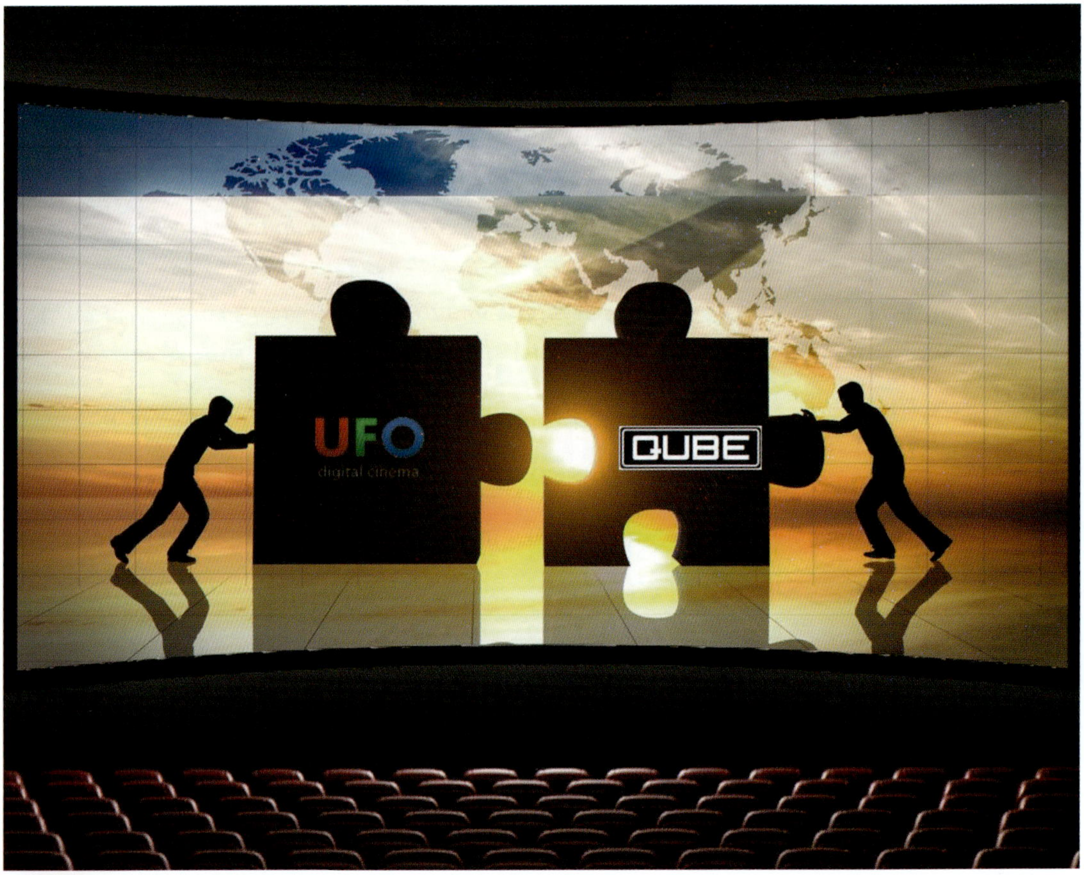
UFO
digital cinema
QUBE

9. டிஜிட்டல் ஃபிலிம் மாஸ்டரிங்

ஃபிலிம் கொண்டு ஒளிப்பதிவு செய்யும் முறையில் கடைசியாக மோஷன் பிக்சர் லாப்பில் பிக்சர் நெகடிவ் ஒருங்கிணைத்து பாஸிடிவ் பிரிண்ட் போடப்படுவது முதல் பிரதி என்று அழைக்கப்படுகிறது.

டிஜிட்டல் ஒளிப்பதிவில் விடியோ மற்றும் ஆடியோ தகவல்களைக் கொண்டு மாஸ்டரிங் (mastering) செய்யப்படுகிறது.

இந்த ஒருங்கிணைந்த மாஸ்டரிங் செய்யிம் முறை டிஜிட்டல் சினிமா பேக்கேஜ் (digital cinema package) என்று அழைக்கப்படுகிறது.

டி.சி.பி. (D.C.P) என்னும் டிஜிட்டல் சினிமா பேக்கேஜ் மாஸ்டரிங்கானது திரையரங்குகளில் ஒளிஒலிக் காட்சிகளாகப் பார்க்க டிசினிமா (DCinema) தரக்கோட்பாட்டுக்கு ஏற்பச் செய்யப்படுகிறது.

ஒரு திரைப்படத்தின் அனைத்துப் பின் தயாரிப்புப் பணிகளும் முடிவடைந்த பிறகு நிறத்தேர்வு மையத்திலிருந்து கிரேடிங் தகவல்கள் அடங்கிய ஹார்ட் டிஸ்க்குகளிலிருந்தும் மற்றும் ஆடியோகிராஃபர் ஸ்டுடியோவிலிருந்து ஒலிக்கலவை (final mix audio) ஃபைல்களைக் கொண்டு டிஜிட்டல் சினிமா பேக்கேஜ் என்ற டி.சி.பி (DCP) அமைப்பில் ஒளிஒலி தகவல்கள் மாஸ்டரிங் செய்யப்படும்.

என்க்ரிப்ட் (Encrypt) செய்யப்பட்ட டி.சி.பிக்களை சி.ஆர்.யூ. (CRU) ஹார்ட் டிஸ்க்கில் திரையரங்கங்களுக்குக் கொடுக்கப்படுகிறது.

திரையரங்கில் உள்ள டிஜிட்டல் சினிமா சர்வரில் *(digital cinema server)* இன்ஜெஸ்ட்*(ingest)* செய்து கே.டி.எம். *(KDM – Key Delivery Message)* எண்ணை குறிப்பிட்டு ப்ரொஜெக்டரின் மூலம் திரையில் படத்தை காணலாம்.

டிசிபி மாஸ்டரிங் (DCP Mastering)

நிறத்தேர்வு மையத்திலிருந்து வரும் 2கே/4 கே ரெசல்யுசன், 10/12 பிட், டி.பி.எக்ஸ்,டிப், ஜெ2சி இமேஜ் ஃபைல்ஸ் *(2k/4k Resolution, 10/12 bit, DPX,TIFF,J2C image files)* தகவல்களை எம்.எக்ஸ்.எப் *(mxf)* ஃபைல்களாக ஜெபெக் 2000 கம்ப்ரஷனுடன் உருவாக்கப்படுகிறது.

ஒலியைப் பொறுத்தவரை 6 சேனல் *(channel)* மோனொ வேவ் ஃபைல்களாக வருவதை 24 பிட் வேவ் *(24 bit wav)* ஃபைல்களாக எம்.எக்.ஸ் வடிவத்தில் ஒருங்கிணைக்கிறார்கள்.

டி.பி.எக்ஸ் ஃபைல்களை ஆய்வு செய்தல் *(validate)* குறியாக்கம் *(Encode)* மறைகுறியாக்கம் *(encrypt)* – ஒலி/ஒளி ஒத்திசைவு *(audio/video sync)*, சப்டைடில் *(subtitle)* – டிசிபி பேக்கேஜ் ஆக உருவாக்கம்.

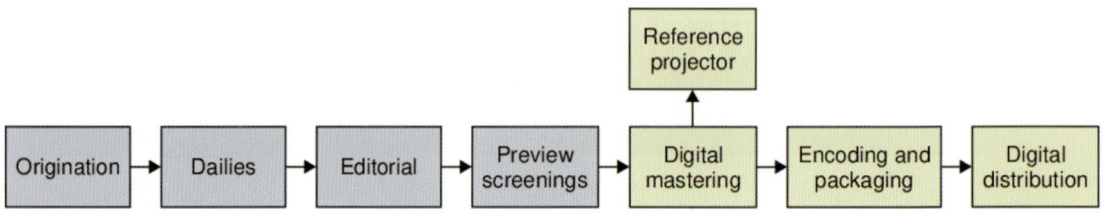

மேற்கண்ட பணித்தொடரில் இவை டிஜிட்டல் சினிமா பேக்கேஜ் – டி.சி.ஐ என்ற டிஜிட்டல் சினிமா இனிஷியேடிவ் தரக்கோட்பாட்டிற்கு மாஸ்டரிங் செய்யப்படுகிறது.

பின்னர் மாஸ்டரிங் செய்யப்படும் நிறுவனங்களில் உள்ள திரையரங்கில் ஒளிப்பதிவாளர், படத்தொகுப்பாளர், இயக்குநர் மற்றும் படத்தில் முக்கிய பங்காற்றிய தொழில்நுட்பக் கலைஞர்களுடன் இணைந்து முழுத் திரைப்படத்தை முதல் பிரதிக் காட்சியாக பார்க்கப்படுகிறது.

இந்தியாவில் க்யூப் *(Qube)*, யூ.எஃப்.ஓ. *(UFO)*, ஸ்க்ராபிள் *(Scrabble)* ஆகியவை பிரபலமான டிஜிட்டல் சினிமா மாஸ்டரிங் தளங்கள்.

இந்தியாவில் தயாரிக்கப்படும் திரைப்படங்கள் மேலே குறிப்பிட்ட இடங்களில் மாஸ்டரிங் செய்ய வேண்டும். அப்போதுதான் பரவலான திரையரங்குகளில் திரையிட முடியும்.

இவைகளில் டிசினிமா மற்றும் இசினிமா என்ற தரத்தில் பிரிக்கப்பட்டுள்ளன. இசினிமா 1 கே ரெசல்யூஷனிலும் டிசினிமா 2கே/4கே ரெசல்யூஷனிலும் திரையிடப் படுகின்றன. இன்னும் சில வருடங்களில் அனைத்துத் திரையரங்கங்களும் டிசினிமாவாகவே மாறும் சாத்தியங்கள் உள்ளன.

மாஸ்டரிங் செய்யப்பட்ட டிஜிட்டல் சினிமா வரையரைகள்

விடியோ : 24 ஃப்ரேம்ஸ் / நொடிக்கு

சுருக்கம் *(compression)* : ஜெபெக் 2000 *(JPEG 2000)*

நிற அடையாளங்கள் *(colour space)* : எக்ஸ்.ஒய்.இசட். *(xyz)*

விடியோ ரெசல்யூஷன் : 2கே (2048 x 1080)/ 4கே (4096 x 2160)

ஆடியோ : 24 பிட் *(24 bit un compressed)*

ஆடியோ சானல்கள் : 5.1/7.1/அட்மாஸ்

ஃபிலிம் ப்ரொஜெக்ஷனில் முதல் காட்சியிலிருக்கும் தரம் அடுத்த இருபது முப்பது நாட்களில் இருக்காது. கோடுகள் தெரிய ஆரம்பிக்கும். ஆனால் டிஜிட்டல் ப்ரொஜெக்ஷனில் பல நாட்களானாலும் காட்சிகள் அதே தரத்துடன் இருக்கும்.

ஃபிலிம் மூலமாக திரையிட ஒரு பிரதிக்கு *(print)* குறைந்தபட்சம் 60,000 ரூபாய் தேவைப்படும். டிஜிட்டலில் திரையிட ஒரு திரையரங்குக்கு 27,000 *(full run)* ரூபாய்க்குள் முடிந்துவிடும்.

முறையான அனுமதியின்றி டிஜிட்டல் சினிமா திரையிட முடியாது. மாஸ்டரிங் செய்த பிறகு கே.டி.எம். *(KDM – Key Delivery Message)* என்ற கீ டெலிவரி செய்தி மூலம் திரைப்படத்தின் தகவல்கள் பாதுகாக்கப்படுகின்றன. இதனால் தயாரிப்பாளருக்குத் தெரியாமல் படத்தை எங்கும் திரையிட முடியாது. காட்சி ஆரம்பிக்கும் முன் சரியான ரகசிய எண்((KDM) கொடுத்தால் மட்டுமே சர்வரிலிருந்து ப்ரொஜெக்டரில் படத்தைத் திரையிட முடியும்.

ஓ.டி.டி.
(OVER THE TOP PLATFORM)

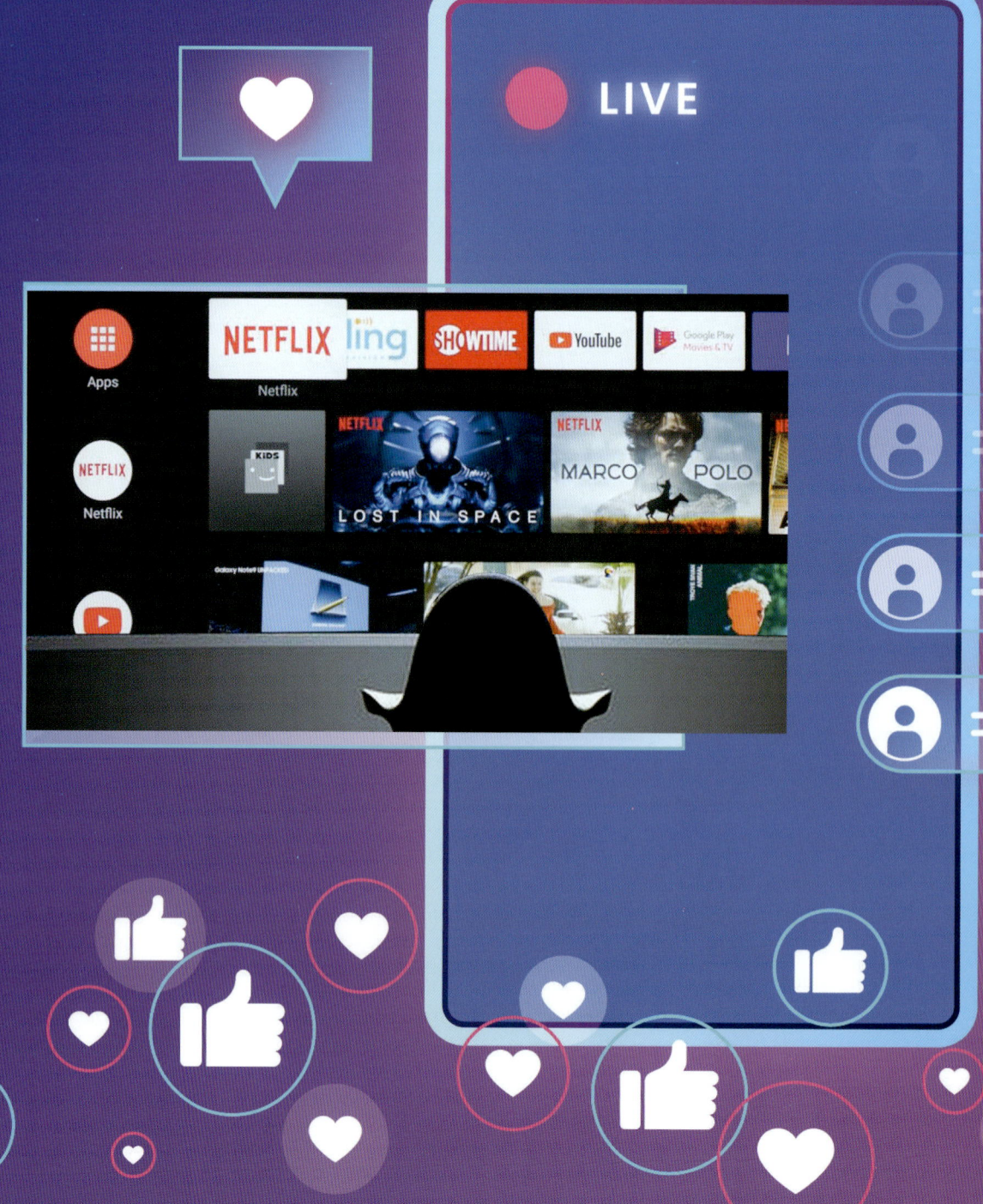

10. ஓ.டி.டி. (OVER THE TOP PLATFORM)

ஓ.டி.டி. தளங்களில் திரைப்படம் வெளியிடும் முறை சில ஆண்டுகளாகவே இருந்து வந்தாலும் கொரானா பொதுமுடக்க காலகட்டத்தில்தான் இந்தியாவில் இதன் வளர்ச்சி விஸ்வரூபமெடுத்தது.

தற்போது திரைப்படங்கள் திரையரங்கங்களுக்கான ஃபார்மட் மற்றும் ஓ.டி.டிக்கான ஃபார்மட் என்று தனித்தனியாகவே உருவாகத் துவங்கியுள்ளது.

பிரபல ஓ.டி.டி. தளங்களான நெட்ஃப்ளிக்ஸ், அமேசான், சோனி, ஹாட்ஸ்டார், ஜீ5 போன்ற நிறுவனங்கள் தயாரிக்கும் படைப்புகள் மற்றும் வாங்கும் திரைப்படங்களுக்கென்றே பிரத்யேகமான தரநிர்ணயங்களை உருவாக்கியுள்ளார்கள். குறிப்பாக, எந்தக் காமிராவை பயன்படுத்த வேண்டும் மற்றும் போஸ்ட் ப்ரொடக்ஷனிலும் அதற்கான வழிமுறைகளை உருவாக்கியுள்ளார்கள்.

இன்று ஒரு திரைப்படத்தை உருவாக்குபவர்கள் ஓ.டி.டி. தொழில்நுட்ப விவரங்களை அறிந்து கொள்வது மிகவும் அவசியமாகிறது.

ஒரு தயாரிப்பு நிறுவனம் திரைப்படத்தை உருவாக்கி அதை பிரபல ஓ.டி.டி. தளத்திற்கு விற்கவோ அல்லது விநியோகம் செய்யும்பட்சத்தில் குறிப்பிட்ட காமிரா பயன்படுத்த வேண்டும் என்ற கட்டாயம் கிடையாது. ஆனால் காமிராவில் பதிவு செய்யும் முறையில் ஒரு சில தொழில்நுட்ப வரையறைக்குள் கட்டாயம் இருக்கவேண்டும் என்பன போன்ற விதிமுறைகள் உண்டு.

❖ காமிரா ரெசல்யூஷன்–4கே–3840 x 2160 க்கு அப்பால் இருக்க வேண்டும்.
❖ பதிவு செய்யும் ஃபைல் ஃபார்மட்–ரா (raw) சிறிய காமிராவில் என்றால் லாக்

ஃபார்மட் எஸ் லாக் 2/3, சிலாக், விலாக், கேனான் லாக், அந்த காமிராவின் சொந்த லாக் ரெக்கார்டிங் ஆக இருக்க வேண்டும்.

- ❖ சுருக்க அளவு (compression)–10 பிட் அதற்கும் மேலும் (300 mb /sec).
- ❖ கலர் சாம்ப்ளிங் (colour sampling)–4:2:2 அதற்கும் மேல்.

இரண்டாம் நிலை காமிராக்கள் அல்லது ஸ்பெஷல் காமிராக்களான ட்ரோன், கோ ப்ரோ போன்ற காமிராக்களைப் பயன்படுத்தி எடுக்கப்படும் காட்சிகள் படத்தொகுப்பு செய்யப்பட்ட பிறகு ஒரு திரைப்படத்தில் 10 நிமிடத்திற்கான கால அளவில் ஒரு நிமிடம் மட்டுமே அக்காட்சிகள் இடம்பெறலாம்.

ஓ.டி.டி. தளங்கள், அவர்கள் தயாரிக்கும் படைப்புகளில் பரிந்துரைக்கும் காமிராக்களின் தயாரிப்பு மற்றும் மாடல்களின் பட்டியல்:

ஆரி காமிராக்கள் (ARRI CAMERAS)

- ❖ ஆரி அலெக்ஸா எல்.எஃப்/மினி எல்.எஃப்
- ❖ ஆரி அலெக்ஸா 65
- ❖ ஆரி அலெக்ஸா 35 (4 6 கே)

ரெட் காமிராக்கள் (RED CAMERAS)

- ❖ ரெட் வெப்பன் 8கே மான்ஸ்ட்ரோ
- ❖ ரெட் வெப்பன் 8 கே டிராகன்
- ❖ ரெட் வெப்பன் 8 கே ஹீலியம்
- ❖ ரெட் வெப்பன் 6 கே டிராகன்
- ❖ ரெட் எபிக் 6 கே டிராகன்
- ❖ ரெட் ஜெமினி 5 கே
- ❖ ரெட் ராப்டர் 8 கே

சோனி காமிராக்கள் (sony cameras)

- ❖ சோனி வெனீஸ் 2 8 கே
- ❖ சோனி வெனீஸ் 6 கே
- ❖ சோனி எஃப். 65
- ❖ சோனி எஃப் 55
- ❖ சோனி எஃப் 5
- ❖ சோனி எஃப்.எஸ் 7
- ❖ சோனி எஃப்.எஸ் 3
- ❖ சோனி ஹெச்.டி.சி 4 கே
- ❖ சோனி பி.எம்.டபிள்யூ z 450

பேனாசானிக் காமிராக்கள் (Panasonic cameras)

- ❖ பேனாசானிக் வெரிகேம் 35 – 4 கே
- ❖ பேனாசானிக் வெரிகேம் எல்.டி. – 4 கே

ஆரி காமிராக்கள் (ARRI CAMERAS)

Camera		Effective Pixels	Recording Format
ARRI Alexa LF		4.5K: 4448x3096	- ARRIRAW - ProRes 422 HQ (or higher)
ARRI Alexa Mini LF		4.5K: 4448x3096	- ARRIRAW - ProRes 422 HQ (or higher)
ARRI Alexa 65		6K:6560x3100	- ARRIRAW

சோனி காமிராக்கள் (sony cameras)

Camera		Effective Pixels	Recording Format
RED DSMC2 / WEAPON MONSTRO 8K VV		8K: 8192x4320	- REDCODE RAW (up to 8:1)
RED WEAPON DRAGON 8K VV		8K: 8192x4320	- REDCODE RAW (up to 6:1)
RED DSMC2 / WEAPON HELIUM 8K S35		8K: 8192x4320	- REDCODE RAW (up to 8:1)
RED EPIC-W HELIUM 8K S35		8K: 8192x4320	- REDCODE RAW (up to 8:1)
RED WEAPON DRAGON 6K S35		6K: 6144x3160	- REDCODE RAW (up to 6:1)
RED EPIC DRAGON 6K S35		6K: 6144x3160	- REDCODE RAW (up to 6:1)
RED DSMC2 / EPIC-W GEMINI 5K S35		5K: 5120x3000	- REDCODE RAW (up to 8:1)
RED SCARLET-W DRAGON 5K S35		5K: 5120x2700	- REDCODE RAW (up to 6:1)
RED RAVEN 4.5K		4.5K: 4608x2160	- REDCODE RAW (up to 6:1)

- ❖ பேனாசானிக் ஏ.யூ.இ.வி.ஏ.
- ❖ பேனாசானிக் எஸ் 1 ஹெச்.
- ❖ பேனாசானிக் லுமிக்ஸ் பி.ஜி.ஹெச் 1
- ❖ கேனான் காமிராக்கள் *(canon cameras)*
- ❖ கேனான் சி 300 மார்க் 1
- ❖ கேனான் சி 500
- ❖ கேனான் சி 700

ப்ளாக் மேஜிக் காமிராக்கள் (Black magic cameras)

- ❖ ப்ளாக் மேஜிக் அர்ஸா மினி ப்ரோ 4.6 கே

க்கேகாமி (IKEGAMI CAMERA)

- ❖ க்கேகாமி யூ.ஹெச்.கே–4 கே

பேனாவிஷன் (Panavision camera)

- ❖ பேனாவிஷன் டி.எக்ஸ்.எல்.2

திரைப்படத்தின் பின் தயாரிப்புப் பணி முடிந்தவுடன் ஓ.டி.டி. தளங்களுக்கு அளிக்க வேண்டியவற்றில் முக்கியமானவை:

- ❖ ஆடியோ / விடியோ ஃபைல்கள்
- ❖ மெட்டா டேட்டா *(meta data)*
- ❖ சப் டைட்டில் ஃபைல்கள் *(sub title files)*
- ❖ திரைப்படத்தின் ஸ்டில்கள் *(movie's provisional stills)*
- ❖ ஃபைல் ஃபார்மட் (ஆடியோ மற்றும் விடியோ)

ஆடியோ மற்றும் விடியோ ஃபைல் ஃபார்மட்டுகள் இங்கே குறிப்பிடப்பட்டுள்ள ஏதேனும் ஒரு வடிவத்தில் ஓ.டி.டி. தளங்களுக்குக் கொடுக்கலாம்.

கண்டெய்னர் : எம்.ஓ.வி, எம்.எக்ஸ்.எஃப், எம்.பி4

விடியோ கோடக் *(video codec)*–ப்ரோரெஸ் 422 *(prores 422)*, ஹெச்.264, எம்.பெக். 2 ஹெச்.265

ஆடியோ கோடக் *(audio codec)* – பிசிஎம் ஏஏசி, எம்.பெக்2 லெயர் 2,ஏசி3

டெலிவரி ஃப்ரேம் ரேட்டுகள் *(delivery frame rates)*

RED RANGER MONSTRO 8K VV		8K: 8192x4320	- REDCODE RAW (up to 8:1)
RED DSMC2 DRAGON-X 5K S35		5K: 5120x2700	- REDCODE RAW (up to 6:1)

பேனாசானிக் காமிராக்கள் (Panasoniccameras)

Camera		Effective Pixels	Recording Format
Panasonic VariCam 35		4K: 4096x2160	- V-RAW - AVC-Intra4K
Panasonic VariCam LT		4K: 4096x2160	- V-RAW - AVC-Intra4K
Panasonic VariCam Pure		4K: 4096x2160	- V-RAW
Panasonic AU-EVA1		4K: 4096x2160	- All-Intra 400* *Firmware 2.02 or higher required
Panasonic AK-UC4000		UHD: 3840x2160	- Baseband Video

ப்ளாக் மேஜிக் காமிராக்கள் (Black magic cameras)

Camera		Effective Pixels	Recording Format
Blackmagic Design URSA Mini 4.6K		4.6K: 4608x2592	- CinemaDNG RAW (up to 4:1)
Blackmagic Design URSA Mini Pro 4.6K		4.6K: 4608x2592	- CinemaDNG RAW (up to 4:1)

ப்ளாக் மேஜிக் காமிராக்கள் (Black magic cameras)

Camera		Effective Pixels	Recording Format
Sony Venice		6K: 6048x4032	- RAW (up to 4096x2160) - X-OCN - XAVC-I
Sony F55		4K: 4096x2160	- F55RAW - X-OCN - XAVC-I (4K)
Sony F65		4K: 4096x2160	- F65RAW - F65RAW-LITE - XAVC-I (4K)
Sony FS7 / FS7 II		4K: 4096x2160	- XAVC-I (4K)
Sony F5		4K: 4096x2160	- XAVC-I (4K)* *4K upgrade license required
Sony HDC-4300		4K: 4096x2160	- 4K Baseband Video
Sony PXW-Z450		UHD: 3840x2160	- XAVC-I QFHD 300 mode

எஃப்.பி.எஸ் (FPS) 23.976/24/25/29.97/30

இதனுடன் திரைவடிவம் (aspect ratio), சென்சாரின் ஒரிஜினல் திரைவடிவம் (source aspect ratio), படமாக்கப்பட்ட திரைவடிவம் (display aspect ratio) இரண்டையும் குறிப்பிட வேண்டும்.

பரிந்துரைக்கப்படும் கலர் க்ரேடிங் மென்பொருள்

- ஃபிலிம் லைட்/பேஸ் லைட் (film light/base light)
- டாவின்ஸி ரிசால்வ் (davinci resolve)
- நுகோடா ஃபிலிம் மாஸ்டர் (nucoda film master)
- ஆட்டோ டெஸ்க் லஸ்டர் (auto desk lustre)
- குவாண்டல் ரியோ (Quantel Rio)

மேற்கண்ட கலர் க்ரேடிங் மென்பொருளின் அப்போதைய சமீப வடிவத்தையே பயன்படுத்த வேண்டும்.

க்ரேட் செய்யப்பட்ட ஃபைல்களை எஸ்.டி.ஆர் (100 நிட் ஒளிர்வுடன்) மற்றும் ஹெச்.டி.ஆர். (HDR 1000 நிட் ஒளிர்வுடன்) இவ்விரு ஃபார்மட்டுடன் நிறத்தேர்வு மையத்திலிருந்து வழங்க வேண்டும்.

நெட்ஃப்ளிக்ஸ், அமேசான், ஹாட்ஸ்டார், சோனி, ஜீ5 போன்ற பிரபல ஓ.டி.டி. நிறுவனங்கள் தாங்கள் தயாரிக்கும் திரைப்படங்களில் மட்டுமே குறிப்பிட்ட காமிராக்கள் பயன்படுத்த வேண்டும் என்று பரிந்துரைக்கின்றன. மற்ற திரைப்படத் தயாரிப்பு நிறுவனங்கள் உருவாக்கும் படைப்புகளில் ஓ.டி.டி. நிறுவனங்கள் குறிப்பிட்ட காமிராவில் படமாக்கியிருக்க வேண்டும் என்று நிர்பந்திப்பதில்லை. ஆனால் காமிராவின் ரெக்கார்டிங் செய்யப்படும் ஃபைல்கள் ரா, லாக் மற்றும் 10 பிட் மேலான தரத்தில் இருக்க வேண்டும் என்று விரும்புகிறார்கள்.

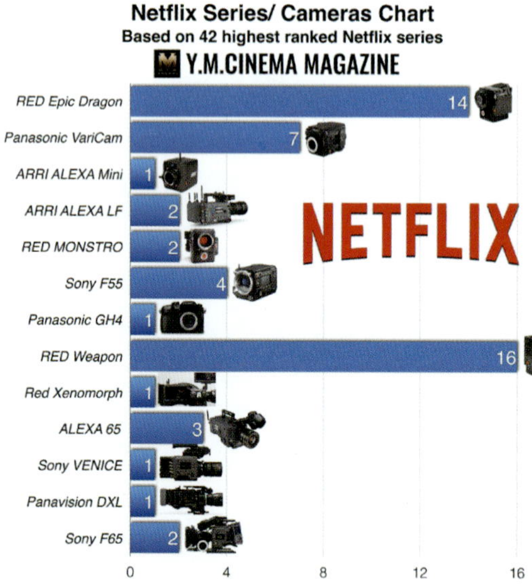

நிறத்தேர்வு மையங்களும் அதன் தொழில்நுட்பக் கலைஞர்களும் ஓ.டி.டி. டெலிவரி ஃபார்மட்டுகள் பற்றிய தகவல்களை அறிந்துகொண்டு அதற்கேற்றவாறு திரைப்படங்களின் ஃபைல் வடிவத்தைக் கொடுக்கிறார்கள்.

கலர் க்ரேடிங்-காமிரா மற்றும் லென்ஸ் பரிசோதனைகள்

11. கலர் க்ரேடிங்-காமிரா மற்றும் லென்ஸ் பரிசோதனைகள்

கலர் க்ரேடிங் தொழில்நுட்பம் என்பது திரைப்பட ஆக்கத்தின் பின் தயாரிப்புப் பணிகளில் ஒன்று என்றாலும் திரைப்படத்தின் முன்தயாரிப்புக் கட்டத்திலும் கலர் க்ரேடிங்கின் மூலம் முக்கியமான முடிவுகளை எடுப்பதற்கு உதவும்.

டிஜிட்டல் யுகத்தில் தற்போது நாள்தோறும் பல்வேறு புதிய காமிராக்கள் அறிமுகமாகிக் கொண்டே வருகிறது.

ஒளிப்பதிவாளர் ஒரு புதிய காமிராவை பயன்படுத்த முடிவு செய்தால் அதை படப்பிடிப்பிற்குச் செல்லும் முன்னரே டெஸ்ட் ஷூட் நடத்தி நிறத்தேர்வு மையத்தில் அடிப்படை நிறத்திருத்தம் செய்வது நல்ல பலனைத் தரும். குறிப்பாக, கலர் க்ரேட் செய்யும்போது எக்ஸ்போசர் ரேஞ்ச் எவ்வளவு கிடைக்கிறது என்பதை அறிந்து கொள்ளலாம்.

புதிய காமிராக்கள் அறிமுகமாகும் போது அதனுடைய ரெக்கார்டிங் மற்றும் ஃபைல் ஃபார்மட் கலர் க்ரேடிங் செய்வதற்கு பொருந்துகிறதா என்பதை உறுதி செய்ய வேண்டும். டெஸ்ட் ஷூட் செய்த காட்சிகளை அடிப்படை படத்தொகுப்பு செய்து இ.டி.எல் (E.D.L) கொண்டு வந்து நிறத்தேர்வு மையத்தில் அதன் வரிசைப்படி கன்ஃபார்ம் ஆகிறதா என்பதைத் தெரிந்து கொள்வது முக்கியமானது.

முழுப் படப்பிடிப்பும் நடந்து முடிந்த பிறகு ஷாட்டுகள் நிறத்தேர்வு மையத்தில் கன்ஃபார்ம் ஆகிறதா என்று பார்ப்பதை விட திரைப்படத்தின் ஆரம்பகட்ட நிலையிலேயே பரிசோதனை செய்து கொள்வது நல்ல பலனைத் தரும். அதில்

ஏதாவது சிறிய தொழில்நுட்பத் தடங்கல் இருந்தால் முன்கூட்டியே கன்ஃபார்மிஸ்டின் ஆலோசனை பெற்று சரி செய்யும் வாய்ப்புகளும் உள்ளன.

திரைப்பட ஆக்கத்தில் ஒரு காட்சியை பல காமிராக்களைக் கொண்டு ஒளிப்பதிவு செய்ய வேண்டி வரும். குறிப்பாக, ஆக்‌ஷன் காட்சிகள்.

நாம் படமாக்கப்போகும் வெவ்வேறு பிராண்ட் காமிராக்களைக் கொண்டு சிறு டெஸ்ட் ஷாட்டுகளை பதிவு செய்து நிறத்தேர்வு மையத்தில் இரு வேறு காமிராக்களின் குணாதிசயங்களை அறிந்து கொள்ளவும் கலரிஸ்ட் எப்படி நிறப்பொருத்தத்தை (colour match) உருவாக்குகிறார் என்பதைத் தெரிந்து கொள்வதும் ஒளிப்பதிவாளருக்கு முக்கியமாகும்.

காமிராவின் சென்சாரில் சிறு தூசிகள், அல்லது தொழில்நுட்பக் குறைப்பாடு இருந்தால் காட்சிகளில் புள்ளிகள் போல தோன்றும். அது காமிராவின் மானிட்டர் மூலம் காண்பது கடினம் அதை க்ரேடிங் மானிட்டர், ப்ரொஜக்டர் கொண்டு பெரிய திரையில் சரி பார்த்துக் கொள்ளலாம்.

காமிரா டெஸ்ட் எவ்வளவு முக்கியமோ அதே போல லென்ஸ் டெஸ்டும் மிகவும் அவசியமானது.

டெஸ்ட் ஷூட் செய்த காட்சிகளில் லென்ஸ்களின் பண்புகளை குறிப்பாக, ஃபோகஸ் துல்லியம், நிறம் மற்றும் காண்ட்ராஸ்ட் அனைத்து ஃபோகல் லென்த் லென்ஸ்களில் சீராக இருக்கிறதா என்பதை கலர் கிரேடிங் மானிட்டர் மூலம் அறிந்துக் கொள்ளலாம். லென்ஸிற்கான டெஸ்ட் ஷூட் செய்யும்போது ஃப்ரேமில் கலர் சார்ட் (colour chart) இருப்பது அவசியம். அதனைக் கொண்டு தான் கலர் க்ரேடிங்கில் லென்ஸ்களின் நிற வெளிப்பாட்டை அறிய முடியும்.

காமிராக்கள் / கலர் மேட்சிங்

12. காமிராக்கள்/கலர் மேட்சிங்

ஒளிப்பதிவாளர்கள் ஒரு திரைப்படத்திற்கு முடிந்தளவு ஒரே தயாரிப்பைச் சார்ந்த காமிரா மற்றும் லென்ஸ் பயன்படுத்தவே விரும்புவார்கள். க்ரேடிங்கில் விஷுவல் தொடர்ச்சி, கலர் கன்ஸிஸ்டன்ஸியை (*colour consistency*) எளிதாக அடைய அது வழிவகுக்கும். ஆனால் நடைமுறையில் பல்வேறு காரணங்களால் திரைப்பட ஆக்கத்தில் வெவ்வேறு வகையான காமிராக்களைப் பயன்படுத்த நேரும்.

வெவ்வேறு சினிமா காமிராக்களைக் கொண்டு காட்சிகளைப் படமாக்கும்போது அது ரா ஃபைல் வடிவம் உள்ள சினி காமிராக்கள் என்றால் கலர் க்ரேடிங் செய்யும்போது கலரிஸ்ட் ஒளிப்பதிவாளரின் யோசனை பெற்று தலைமை காமிரா ஃபுட்டேஜுக்கு ஏற்றவாறு மற்ற காமிராக்களின் காட்சிகளை க்ரேடிங்கில் மேட்ச் செய்துவிடுவார்.

ரா ஃபைல் வடிவத்தில் உள்ள காட்சிகளை மேட்ச் செய்வது சுலபம்.

சில சமயங்களில், ஒரே காட்சியை உயர்ரக டிஜிட்டல் சினிமா காமிராவுடனும் மற்ற காமிராக்களான ட்ரோன், டி.எஸ்.எல்.ஆர். மிரர்லெஸ், கோப்ரோ (*GoPro*) முதலியவற்றைக் கொண்டு பதிவு செய்த காட்சிகளையும் க்ரேடிங்கில் மேட்ச் செய்வது சற்று சவாலானது.

சினிமா டிஜிட்டல் காமிரா ரா ஃபைல் வடிவத்தில் பதிவு செய்வதால் மற்ற சிறிய வகை அல்லது ஸ்பெஷல் காமிராக்கள் பயன்படுத்தும்போது அதில் லாக் (log) ஃபார்மட் ரெக்கார்டிங் வசதி இருந்தால் அதைக் கண்டிப்பாக பயன்படுத்த வேண்டும். அப்படி செய்தால் க்ரேடிங்கில் ரா வடிவத்திற்கு ஏறத்தாழ லாக் ஃபைல் மூலம் கலரிஸ்ட் நிறம், காண்ட்ராஸ்ட் மேட்ச் செய்து விட முடியும்.

வெவ்வேறு காமிராக்களைக் கொண்ட காட்சிகளை கலரிஸ்ட் மானிட்டரில் பிளவுத் திரை (split screen) வசதியைப் பயன்படுத்தி இரண்டு ஃபுட்டேஜுகளையும் அருகருகே வைத்து பார்வையிடுவார். அது ஒப்பீடு செய்வதற்குப் பயன் தரும்.

அதன் பிறகு ஒயிட் பாலன்ஸ், காண்ட்ராஸ்ட், எக்ஸ்போசர் என்று படிப்படியாக மேட்ச் ஆகும்படி க்ரேட் செய்து பின்னரே நிறத்திற்கு வரவேண்டும்.

சில கலர் க்ரேடிங் மென் பொருட்களில் கலர் மோட் என்ற ஆப்ஷன்களும் உண்டு.

ஒளிப்பதிவாளர்கள் காட்சிகளைப் படமாக்கும் போது அதிகமான எக்ஸ்போசர் ரேஞ்ச் உள்ள டிஜிட்டல் சினிமா காமிராக்களை மாஸ்டர் ஷாட் அல்லது வைட்வியூ உள்ள ஷாட்டிற்கு பயன்படுத்தவேண்டும், மற்ற காமிராக்களில் ஹைலைட் மற்றும் நிழல் பகுதிகள் கிலிப் (clip) ஆகாதவாறு தலைமை காமிராவின் தரத்தின் அருகாமைக்குக் கொண்டு வருவது முக்கியம்.

பின்தயாரிப்புப் பணிகளில், முற்றிலும் க்ரேடிங் மூலம் சரி செய்து கொள்ளலாம் என்ற எண்ணம் நல்ல பலனை அளிக்காது.

ஒவ்வொரு காமிராவின் குணாதிசயங்களும் தனித்துவமானவை. வேறுபாடுகளுடன் இருக்கக்கூடியவை. இதனைத் தொழில்நுட்ப ரீதியாகப் புரிந்துகொள்வது அவசியமாகிறது.

படமாக்கும்போது சரியான எக்ஸ்போசர், ஒயிட் பேலன்ஸ் ஆகிய இரண்டும் மிகவும் முக்கியமானவை. அதை முறைப்படி செய்தால் கலர் க்ரேடிங்கில் கலரிஸ்ட் உதவியுடன் காட்சிகளை மேட்ச் செய்து கொள்ளலாம்.

ஒளிப்பதிவாளர்களும் நிறங்களும்

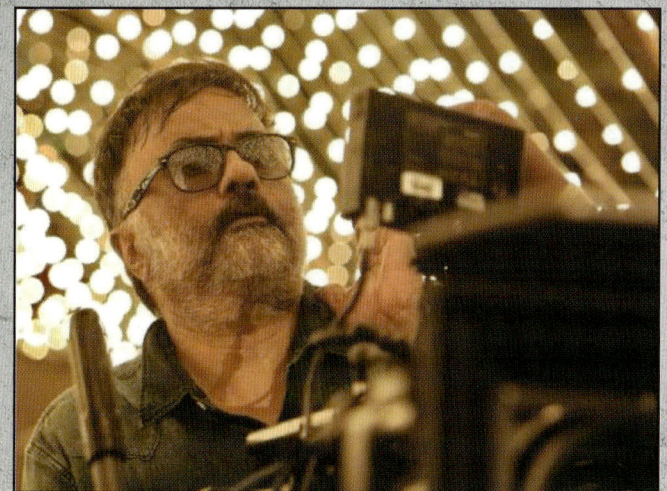

பி.சி.ஸ்ரீராம்

எஸ்.ஆர். கதிர்

ஓம்பிரகாஷ்

ஜி.முரளி

ஜார்ஜ் .சி.வில்லியம்ஸ்

சுஜித் சாரங்

13. ஒளிப்பதிவாளர்களும் நிறங்களும்

திரைப்படங்களின் சிறப்பான அம்சம் அதன் விஷுவல் மொழியான. சினிமாடிக் ஸ்பேஸ் மற்றும் நேரம். இவை எவ்வாறு திரைப்படத்தில் கட்டமைக்கப்படுகின்றன என்பது ஒரு மிக முக்கியமான கலை வடிவம் ஆகும்.

அதற்கு ஒளிப்பதிவாளர்கள் பல்வேறு நுட்பங்களைக் கையாள்கிறார்கள். அதில் முதன்மையானது கம்போசிஷன், லைட்டிங் மற்றும் நிறத்தோற்றம்.

ஒரு காட்சிக்கான நிற அடையாளம் என்பது திரைப்படத்தில் மிக முக்கியமானது. அது சரியாக அமைந்துவிட்டால் பார்வையாளர்களுக்கு விஷுவல் மூலம் உணர்வுகளை எளிமையாகக் கடத்த முடியும்.

இங்கே ஒளிப்பதிவாளர்கள் அவர்கள் ஒளிப்பதிவு செய்த காட்சிகளின் நிறத்தோற்றத்தைப் பற்றிய சிந்தனை மற்றும் தொழில்நுட்ப அனுபவங்களைப் பகிர்ந்து கொள்கின்றனர்.

ஒளிப்பதிவாளர் ஜி.முரளி

திரைப்படம் : காலா (2018)
இயக்குநர் : பா. இரஞ்சித்
கலரிஸ்ட் : பிரசாத்

இத்திரைப்படத்தில் நிறங்கள் மிகவும் முக்கியமான குறியீடுகளாகப் பயன்படுத்தப்பட்டிருக்கும்.

வெள்ளை நிறம்: வெண்மை அதிகார வர்க்கத்தை குறிப்பதற்காக உபயோகிக்கப்பட்டிருக்கும்.

கருப்பு நிறம்: திராவிட சிந்தனைக்கும் உழைக்கும் மக்களின் அடையாளமாகவும் சித்தரிக்கப்பட்டிருக்கும்.

சிவப்பு நிறம்: கம்யூனிச சித்தாந்தங்களைக் குறிக்கிறது.

காலா திரைப்படத்தின் இறுதிக்காட்சி நான்கு விஷுவல் நிலைகளாக அமைக்கப்பட்டிருக்கும்.

மக்களின் எழுச்சிப்பயணத்தை திராவிடம், கம்யூனிசம், அம்பேத்கரிசம் அதன் பிறகு ஒரு சமநிலையை அடைவதை குறிக்கும்விதமான காட்சிகள் இசையுடன் பயணிக்கும். அதன் வடிவங்களே கருப்பு, சிவப்பு மற்றும் நீல நிறங்களின் தோற்றங்கள்.

திரைப்படம்:	சார்பட்டா பரம்பரை (2021)
இயக்குநர் :	பா. இரஞ்சித்
கலரிஸ்ட்:	பிரசாத்

ஓடிடி தளத்தில் வெளியாகி பெரும் வெற்றி பெற்ற இத்திரைப்படத்தின் ஒளிப்பதிவு மிகவும் பாராட்டுதல்களைப் பெற்றது. தென்னிந்திய ஒளிப்பதிவாளர்கள் சங்கம் (SICA) இதற்காக ஒரு கலந்துரையாடல் நிகழ்ச்சியை ஒருங்கிணைத்தது குறிப்பிடத்தக்கது.

இப்படத்தின் மையக்கதை, இந்தியாவில் அவசரநிலை பிரகடனம் செய்யப்பட்டிருந்த காலகட்டத்தில் நடப்பதாக அமைந்திருந்தது. அதற்காக, காட்சிகளின் வழியாக பல்லவன் பேருந்து, காம்ப்ளான் விளம்பரம், குத்துச்சண்டை மைதானம் போன்ற பின்னணிகளில் சரியான நிற அடையாளங்களுடன் அக்காலகட்டத்தை நம் கண்கள் முன் கொண்டுவந்திருந்தார் ஒளிப்பதிவாளர்.

இத்திரைப்படத்திற்கான நிறக்கோட்பாட்டை உருவாக்க அன்றைய காலகட்டத்தில் பயன்படுத்தப்பட்டிருக்கும் ஏசியன் பெயிண்ட் அட்டவணையில் உள்ள நிறங்களை ஆய்வு செய்துள்ளார் ஒளிப்பதிவாளர் ஜி.முரளி. அன்றைக்குச் சில நிறங்களே பயன்படுத்தப்பட்டிருக்கும். ஆனால் இன்று பெயிண்ட் அட்டவணை ஒரு புத்தகத்தின் அளவிற்கு நிறச்சாயல்கள் உள்ளன.

பிறகு படப்பிடிப்பின் கட்டமைப்பில் ஆடை, ஆர்ட் டைரக்ஷன் ஆகியவற்றில் மஞ்சள் நிறத்தை பெருமளவு தவிர்த்துள்ளனர். கலர் க்ரேடிங்கில் சற்றுப் பழுப்பு நிறத்தை மட்டுமே ஸ்கின் டோனில் கூட்டியுள்ளார்.

இது ஒரு பீரியட் படம் என்பதற்காகப் பழமையான தோற்றத்தை உருவாக்காமல் அந்தக்காலகட்டத்தில் பயன்படுத்தப்பட்ட நிறங்களை வைத்தே ஃப்ரெஷான விஷுவல் லுக்கை கொடுத்துள்ளார்.

ஒளிப்பதிவாளர் சுஜித் சாரங்

திரைப்படம்: கணம் (2022)
இயக்குநர்: ஸ்ரீ கார்த்திக்
கலரிஸ்ட்: ஸ்ரீஜித் சாரங்

ஒகே ஒக ஜீவிதம் என்ற பெயரில் தெலுங்கில் பெரு வெற்றி பெற்ற திரைப்படம் கணம்.

மனம் வருந்தும் மூன்று கதாபாத்திரங்கள் மீண்டும் ஒரு முறை பழைய வாழ்க்கைக்குள் சென்று தாங்கள் இழந்தவற்றை மீட்க முயற்சிக்கும் சயின்ஸ் ஃபிக்ஷன் கலந்த ஒரு உணர்வுப்பூர்வமான கதை.

இத்திரைப்படம் குறித்து ஒளிப்பதிவாளர் சுஜித் சாரங் குறிப்பிடுகையில் டைம் ட்ராவல் கதையமைப்புக் கொண்ட திரைப்படம் என்பதால் அதற்கு நீல நிறம் மற்றும் பச்சை நிறத்தில் ஏதாவது ஒன்றைத் தேர்வு செய்ய வேண்டும். இவ்விரு நிறங்களும் ஒரு மாயத்தோற்றத்தை உருவாக்க வல்லவை என்பதால் அதில் நீல நிறத்தை டைம் ட்ராவல் காட்சிகளுக்கு உபயோகப் படுத்தியதாகவும், சமகாலத்தில் நடக்கும் காட்சிகளுக்கு நீல நிறப் பின்னணி அமைத்துக் கதாபாத்திரங்களின் ஆடைகளை பழுப்பு நிறச்சாயல் கொண்டவையாகத் தேர்வுசெய்ததாகவும், கடந்தகால வாழ்க்கை காட்சிகளுக்கு, மகிழ்ச்சியான உணர்வுகளுக்கு லைட்டிங்கில் வெப்ப நிற தொனியும், வண்ணங்களில் வெளிர் நிறங்கள், சிவப்பு, மஞ்சள் சாயல்களை ஃப்ரேமில் கையாண்டதாகவும் கூறுகிறார்.

வெப்ப நிறச்சாயல்கள் மகிழ்ச்சிகரமான உணர்வுகளை அளிக்க வல்லவை என்று கூறும் ஒளிப்பதிவாளர், அது இப்படைப்பிற்கு மிகச்சரியாகப் பொருந்தியதாகக் குறிப்பிடுகிறார்.

ஒளிப்பதிவாளர் ஜார்ஜ் .சி.வில்லியம்ஸ்

திரைப்படம் :	ஹீரோ (2020)
இயக்குநர்:	பி.எஸ். மித்ரன்
கலரிஸ்ட்:	பிரசாத்
காமிரா:	ஆரி அலெக்ஸா எஸ்.எக்ஸ்.டி.
லென்ஸ்:	சுப்ரீம் ப்ரைம்ஸ்

ஹீரோ திரைப்படத்தின் முன் தயாரிப்பு நிலையிலேயே ஒளிப்பதிவாளர் ஜார்ஜ் இப்படைப்பின் நிறத்தோற்றத்தை உறுதி செய்வதற்காக ஆடை வடிவமைப்பாளர் மற்றும் கலை இயக்குநருடன் கலந்து ஆலோசித்ததாகக் குறிப்பிடுகிறார். ஆரம்ப நிலையிலேயே வெவ்வேறு ஒளியமைப்பில் டெஸ்ட் ஷூட் செய்து அதன் காட்சிகளை படப்பிடிப்பு துவங்குவதற்கு முன்னரே நிறத்தேர்வு மையத்தில் கலர் க்ரேட் செய்து பிரத்யேகமான ஒரு நிறத்தொனியை (colour tone) உருவாக்கியுள்ளார்.

அதை கலர் க்ரேடில் லட் ஆக மாற்றி காமிராவில் அதன் நிறத்தைச் செலுத்தி படமாக்கியுள்ளார். இதனால் படப்பிடிப்பு தளத்திலேயே காட்சிகளின் இறுதி நிறத்தோற்றத்தை நிர்மாணிக்க இயலும். அதற்கேற்ப காட்சிகளின் பின்னணியில் உள்ள பொருட்களோ அல்லது ஆடைகளின் நிறத்தை எளிதாகத் தேர்வு செய்யவோ மாற்றியமைக்கவோ இயலும்.

திரைப்படத்தின் பெரும்பகுதி டீல் (நீலப்பச்சை) மற்றும் ஆரஞ்சு நிறத்தொனியே பயன்படுத்தப்பட்டிருக்கும்.

இங்கே உள்ள காட்சியில் பிரகாசமான பச்சை நிறம் பயன் படுத்தப்பட்டுள்ளது. அதற்கான காரணம், கதையின் நாயகன் வீழ்ச்சியிலிருந்து எழுவதை காட்சிப்படுத்தவே என்று கூறுகிறார் ஒளிப்பதிவாளர் ஜார்ஜ்.

இக்காட்சி ஃபேன்த்தம் ஹைஸ்பீட் காமிரா கொண்டு படமாக்கப்பட்டது. இதில் ஹைலைட் மற்றும் நிழல் பகுதியை உருவாக்கி அதை வேறுபாடுகளுடன் ஒளியமைப்பில் ஓர் சமநிலையை அடைய முயற்சித்ததாகக் குறிப்பிடுகிறார்.

திரைப்படம்:	சர்தார் (2022)
இயக்குநர்:	பி.எஸ்.மித்ரன்
கலரிஸ்ட்:	பிரசாத்
காமிரா:	ஆரி அலெக்ஸா எஸ்.எக்ஸ்.டி.
லென்ஸ்கள்:	ஆரியன் அட்லஸ் அனமார்ஃபிக்

சிறைச்சாலையில் இடம்பெறும் இக்காட்சியானது சர்தார் திரைப்படத்தில் மிகவும் முக்கியமானது. விஷுவலாக யதார்த்தமான உணர்வினை அளிக்கக்கூடிய மற்றும் சினிமாட்டிக் தன்மையும் இருக்க வேண்டும் என்பதற்காக ஒளிப்பதிவாளர் இத்திரைப்படத்தின் பெரும்பாலான காட்சிகளில் சிவப்பு நிறத்தைத் தவிர்த்துள்ளார். மஞ்சள், பச்சை நிறச்சாயல்களையே படம்நெடுக பயன்படுத்தியுள்ளார்.

மேலே உள்ள காட்சிகளை படமாக்கும்போது 1 ½ ஸ்டாப் அண்டர் எக்ஸ்போஸ் செய்து க்ரேடிங்கில் எக்ஸ்போசரைக் கூட்டும்போது ஃப்ரேம்களில் ஃபிலிம் லுக் (film look) அடைய முடிந்ததாகக் குறிப்பிடுகிறார்.

நிலத்தடியில் இருக்கும் பெட்ரோல் டாங்கில் நடைபெறும் இக்காட்சிக்கு மொபைல் ஃபோனிலிருந்து வெளிப்படும் வெளிச்சத்தன்மையை உருவாக்க சிறிய ஆஸ்ட்ரா ஒளிவிளக்குகளை பயன்படுத்தி மேலும் ஃப்ரேமில் ஒட்டுமொத்தமாக இருண்ட சிவப்பு நிறத்தின் மூலம் நிலத்தடியில் இருக்கும் தன்மையை பார்வையாளர்களுக்கு உணர்த்தவே தான் முயற்சித்திருப்பதாகக் கூறுகிறார் ஒளிப்பதிவாளர் ஜார்ஜ்.

ஒளிப்பதிவாளர் எஸ்.ஆர். கதிர்

திரைப்படம்:	ஜெய் பீம் (2021)
இயக்குநர் :	டி.ஜெ. ஞானவேல்
கலரிஸ்ட்:	ஜெ.பாலாஜி

அமேசான் ஓ.டி.டி. தளத்தில் வெளியாகி மிகச்சிறந்த சமூகப்படமாகவும் தேர்ந்த திரைமொழி கொண்ட படைப்பாகவும் பாராட்டப்பட்டு வெற்றிபெற்ற இத்திரைப்படத்தின் ஒளிப்பதிவு மிகச்சிறப்பாக இருந்தது.

பல்வேறு தளங்களில் இயங்கிய இத்திரைப்படத்தில், பரந்த நிலப்பரப்பு, கிராமத்தின் மரபான இரவு ஒளி, சிறைச்சாலை காட்சியமைப்புகள், நீதிமன்றக் காட்சிகள் என ஒவ்வொன்றும் தனிப்பண்புகள் கொண்ட ஒளியமைப்பு மற்றும் நிறத்தோற்றங்களை திரைக்கதையின் மைய ஓட்டத்திற்குள் இணைத்தது ஒளிப்பதிவாளர் எஸ்.ஆர். கதிரின் சிறப்பான ஒளிப்பதிவு.

தனது கணவனை மீட்க முடியும் என்ற நம்பிக்கையில் செங்கேணி வழக்கறிஞரை சந்திக்கும் இக்காட்சியில் நேரடிஒளியமைப்பைப் பயன்படுத்தாமல் பவுன்ஸ் லைட்டிங் முறையைக் கையாண்டிருக்கிறார் ஒளிப்பதிவாளர். 1990 களில் கதை நடைபெறும் காலகட்டத்தை உணர்த்தும் வகையில் டங்ஸ்டன் விளக்குகளின் தன்மையிலேயே ஒளியையும் அதன் நிறத்தன்மையையும் கொண்டு வந்துள்ளார்.

செங்கேணியின் கணவனை எதிரிகள் மறைத்து வைத்திருக்கும் இடத்தை வழக்கறிஞர் சந்துரு கண்டுபிடிக்க உதவும் தடயத்தை உணரும் காட்சி என்பதால் கதாபாத்திரத்தின் பின்னணியில் பார்வையாளர்களுக்கு ஓர் உந்துதல் அளிக்க ஒரு பொன்னிற வெளிச்சத்தை உபயோகித்துள்ளார் ஒளிப்பதிவாளர்.

இத்திரைப்படத்தில் முடிந்தவரையில் யதார்த்தமான நிறத்தொனிகளிலேயே பின்பற்றியுள்ளதாகக் கூறுகிறார் ஒளிப்பதிவாளர் கதிர். இறுதிக்கட்ட நீதிமன்றக்காட்சிகள் சென்னை உயர்நீதிமன்றத்தில் நடைபெறுவது போல் படமாக்கப்பட்டுள்ளதால் அங்கே உள்ள கட்டிடக்கலையின் நிறங்களான வெள்ளை, கருப்பு மற்றும் சாம்பல் ஆகிய நிறங்களையே திரைப்படத்திலும் பயன்படுத்தியதாகக் குறிப்பிடுகிறார்.

ஆனால், முக்கியத்துவம் வாய்ந்த இவ்வழக்கில் நாயகன் வெற்றி பெற வேண்டும் என்ற உணர்வினை உருவாக்க அவர் மீது திடமான, தூய்மையான ஒளிக்கற்றை உருவாக்கியதாகவும் குறிப்பிடுகிறார்.

நீதிமன்ற வாதங்களின் சினிமாடிக் நேரப்போக்கை உணர்த்த பகல் நேரக் காட்சிகளுக்குச் சரியான ஒயிட் பேலன்ஸ் முறையிலும் மாலை நேரத்தை உணர்த்த வெப்பநிறத்தொனியையும் பயன்படுத்தியுள்ளார். கலர் க்ரேடிங்கிலும் அதுவே இறுதியாக்கப்பட்டதாகவும் கூறுகிறார் ஒளிப்பதிவாளர்.

ஒளிப்பதிவாளர் ஓம்பிரகாஷ்

திரைப்படம்: திருச்சிற்றம்பலம் (2022)
இயக்குநர்: மித்ரன் ஆர்.ஜவஹர்
கலரிஸ்ட்: பிரசாத்

கொரோனா பெருந்தொற்று பாதிப்புகள் விலகிய பிறகு திரையரங்கத்திற்கு மக்கள் திரளாக வந்து பெருவெற்றி பெற்ற திரைப்படம் இது.

நகர வாழ்க்கையில் நடுத்தர வர்க்க இளைஞனின் போராட்டங்கள் மற்றும் கனவுகளை அற்புதமாகக் காட்சிப்படுத்தியிருந்தார் ஒளிப்பதிவாளர்.

சென்னையின் கோடைக்கால வெப்பத்தை உணர்த்தவும் கதாநாயகனுடைய வாழ்க்கையின் வெறுமையைக் காட்சிப்படுத்தவும் வெளிர் ஆரஞ்சு நிறத்தை நிறத்தொனியாகப் பயன்படுத்தியதாகக் குறிப்பிடுகிறார் ஒளிப்பதிவாளர் ஓம்பிரகாஷ்.

இரவுநேரக் காட்சிகளில் திடமான உணர்வுகளைக் கொண்டு வர நீல நிறத்தை தவிர்த்துவிட்டு அதற்குப் பதிலாக மாசு படிந்த நகரத்தின் இரவின் தன்மையை விஷுவலாக வடிவமைக்க ஒளியமைப்பில் பச்சை நிறம் பயன்படுத்தப்பட்டுள்ளது.

சி.ஜெ.ராஜ்குமார்

சிறிது நேரமே நீடிக்கும் நாயகனின் காதல் காட்சிகளுக்கு ஒரு கனவுத்தன்மையை உருவாக்க நீல நிறத்துடன் கலர் க்ரேடிங்கில் ஸ்கின் சாஃப்ட் ஃபில்டர் பயன்படுத்தப்பட்டுள்ளது.

திரைப்படம் : நானே வருவேன் (2022)
இயக்குநர்: செல்வராகவன்
கலரிஸ்ட்: பிரசாத்

ஹாரர் த்ரில்லர் வகையைச் சார்ந்த இத்திரைப்படத்தின் ஒளிப்பதிவில் கியாரஸ்க்யூரோ (chiaroscuro) என்ற ஒளியமைப்பு முறை கையாளப்பட்டுள்ளது. பிரகாசமான ஒளிக்கீற்றுடன் திடமான நிழல் பகுதிகளை ஃப்ரேமில் ஓவியம் போல் உருவாக்கியுள்ளார் ஒளிப்பதிவாளர்.

சி.ஜெ.ராஜ்குமார்

இத்திரைப்படத்தில் உளவியல் பாதிப்பு கொண்ட நாயகனின் காட்சிகளுக்கு பெரும்பாலும் வைட் ஆங்கிள் லென்ஸ் பயன்படுத்தப்பட்டுள்ளது.

இறுக்கமான மனநிலையில் இருக்கும் கதாபாத்திரம் வாழும் தனிமைப் பிரதேசத்தில் அமைந்திருக்கும் வீட்டின் உட்புறத்தை பிராக்டிகல் சோர்ஸ் லைட்டிங்கை ஒளியமைப்பில் உருவாக்கி அதற்கு வெப்ப நிறத்தொனி கொடுக்கப்பட்டுள்ளது.

ஒளிப்பதிவாளர் பி.சி.ஸ்ரீராம்

    திரைப்படம்:   ஐ (2015)
    இயக்குநர்:   ஷங்கர்
    கலரிஸ்ட்:   ராஜசேகர்

ஐ திரைப்படத்தில் உள்ள பல்வேறு விஷுவல் கூறுகள் மிகவும் அழகியலோடும் தத்துவார்த்தம் நிறைந்தும் காணப்படும். ஒரு ஓவியத்தை கூர்ந்து கவனிக்கும்போது ஒவ்வொரு முறையும் புதிதுதிதாக எண்ண அலைகள் தோன்றுவது போன்ற ஒரு படைப்பாக தனது ஒளிப்பதிவின் மூலம் உருவாக்கினார் ஒளிப்பதிவாளர் பி.சி.ஸ்ரீராம்.

ஐ திரைப்படத்தின் 'என்னோடு நீ இருந்தால்' பாடல் மிகவும் உயிர்ப்பான உணர்வுகளை வெளிப்படுத்தும் காட்சிகள் நிறைந்தது. இப்பாடல் காட்சிக்காக அமைக்கப்பட்ட அரங்குகளும், ஆடை வடிவமைப்பும் ஓர் மாயவனத்தின் தோற்றங்களைக் கொண்டது.

இப்பாடலுக்கு விலங்கின் உள்ளுணர்வை குறிக்கும் விதமான நிறத்தன்மை இருக்க வேண்டும், அதனுடைய காதல் உணர்வுகளை ஃபிரேமில் வெளிப்படுத்த வேண்டும் என்று மிகவும் ஆர்வமாக இருந்தார் ஒளிப்பதிவாளர். அதற்கேற்ப அவருடைய விஷுவல் தன்மையில் ஓநாய்க்கான நிறமாக அடர் பழுப்பும் , கதாநாயகியை ஒரு தேவதை போல காண்பிக்க வெண்மை நிறப்பண்புகளுடன் கூடிய ஒளிர்வையும் உருவாக்கி ஓர் அற்புதமான திரை அனுபவத்தை அளித்தார் என்று குறிப்பிடுகிறார் கலரிஸ்ட் ராஜசேகர்.

'பூக்களே சற்று ஓய்வெடுங்கள்' பாடலில் சிவப்பு, நீலம், பச்சை ஆகிய நிறங்களை பிரதான நிறப்பண்புகளாக வைத்து சீனாவில் படமாக்கப்பட்டது. மூன்று வண்ணங்களுக்கும் சமநிலையை உருவாக்க வெள்ளை நிறமும் பயன்படுத்தப்பட்டிருக்கும்.

பாடலின் ஆரம்பத்தில் பசுமை நிறைந்த பள்ளத்தாக்குகளிடையே விஷுவல் பயணிக்கும். பிறகு சிவப்பு நிறப்பூக்களும், வெள்ளை நிறப்பூக்களும் ஃப்ரேமில் பிரதான வண்ணங்களாகப் பிரதிபலிக்கும். அதற்கு அடுத்ததாக நீலநிறப்பின்னணியில் மஞ்சள் பூக்கள் இடம்பெற்றிருக்கும். அது இலையுதிர்க் காலத்தை ஞாபகப்படுத்தும்.

ஃப்ரேமில் நீல நிறப் பின்னணியில் முதலில் பச்சை நிறமே நிறைந்திருந்ததாகவும், ஒளிப்பதிவாளர் பச்சை நிறத்தை ஒரு இலையுதிர்க்கால சூழ்நிலைக்கு ஏற்றவாறு கலர் க்ரேடிங்கில் உணர்த்த விரும்பியதாகவும் அதற்காகச் சற்று மஞ்சள் வண்ணத்தை ஃப்ரேமில் கொண்டு வந்ததாகக் கூறுகிறார் கலரிஸ்ட் ராஜசேகர்.

திரைப்படம் : தேங்க்யூ (2022)

இயக்குநர்: விக்ரம் குமார்

கலரிஸ்ட்: ராஜசேகர்

ஒரு வெற்றிகரமான இளைஞன் தான் அதுவரை பயணித்த வாழ்க்கையை வடிவமைத்த மனிதர்களுக்குத் தன் நன்றியைத் தெரிவிக்கும் திரைப்படம்.

இத்திரைப்படத்தில் மூன்று நிலைகளில் நிறத்தோற்றத்தை உருவாக்கியுள்ளார் ஒளிப்பதிவாளர்.

ஆரம்பத்தில் அமெரிக்கவில் இடம்பெறும் பனிப் பொழிவுடன் கூடிய காட்சிகளுக்கு நீல நிறமும் பின்னர் கிராமத்தை நோக்கிக் காட்சிகள் நகரும்போது வெப்பநிறத்திற்கும் பிற்பாடு ஃப்ளாஷ்பேக் காட்சிகளில் செல்லும் கல்லூரிக்கால நிகழ்வுகளுக்கு வெப்பத் தொனியுடன் கூடிய பழுப்பு நிறமும் பயனபடுத்தப்பட்டுள்ளது.

வண்ணத் தொகுப்புகள்
Color Palettes

14. பல்வேறு திரைப்படங்களில் இடம்பெற்ற ஃப்ரேம்களின் வண்ணத் தொகுப்புகள்.

@colorpalette.cinema

@vannathattu

LIGHT
MEDIUM
DARK
GENERAL SPECTRUM

@colorpalette.cinema

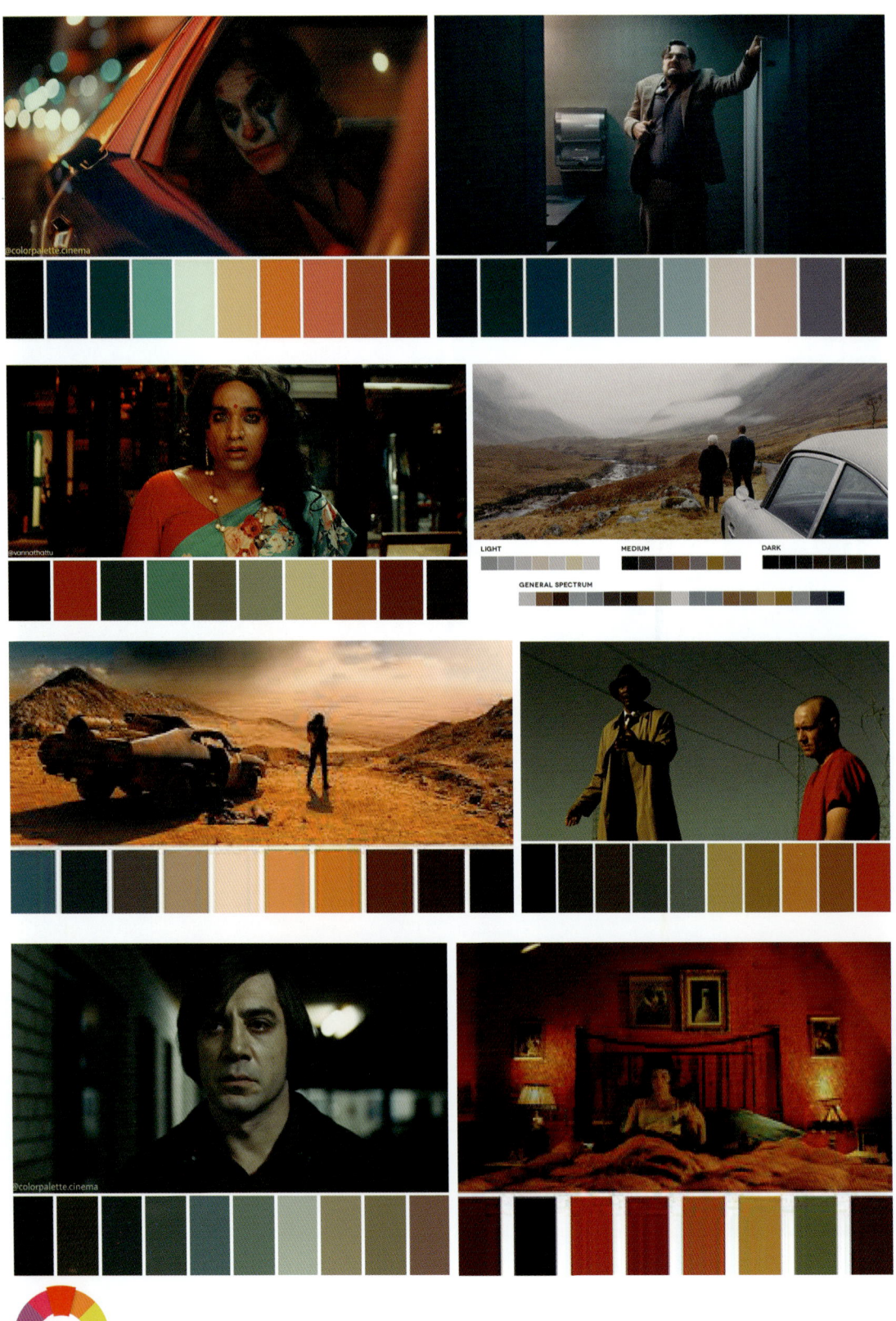

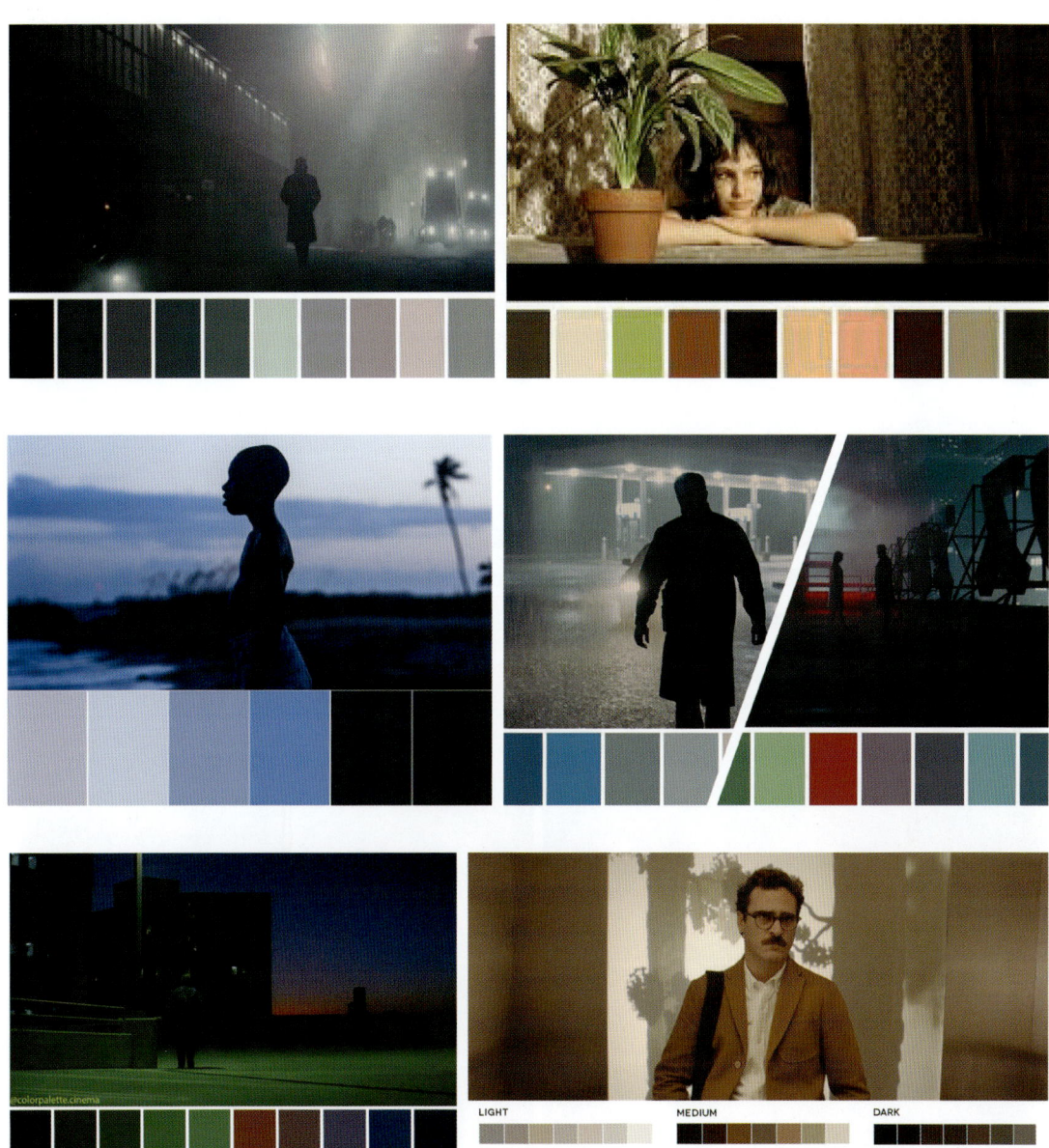

சி.ஜெ.ராஜ்குமார்

I ♥ NY
LIGHT
MEDIUM
DARK
GENERAL SPECTRUM

LIGHT
MEDIUM
DARK
GENERAL SPECTRUM

HEISENBERG
LIGHT
MEDIUM
DARK
GENERAL SPECTRUM

LIGHT
MEDIUM
DARK
GENERAL SPECTRUM

1st CLASS

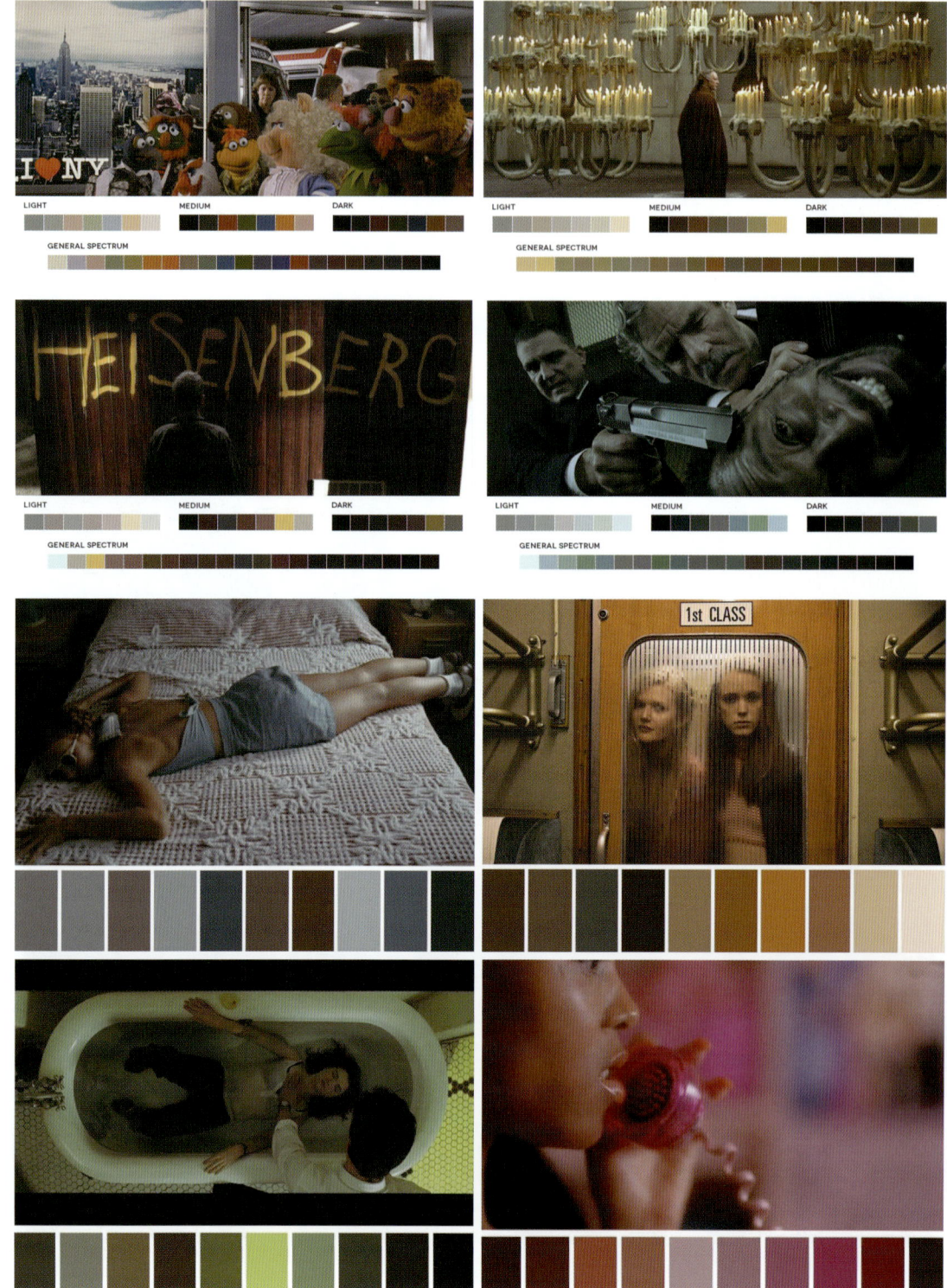

EXPECTATIONS
REALITY

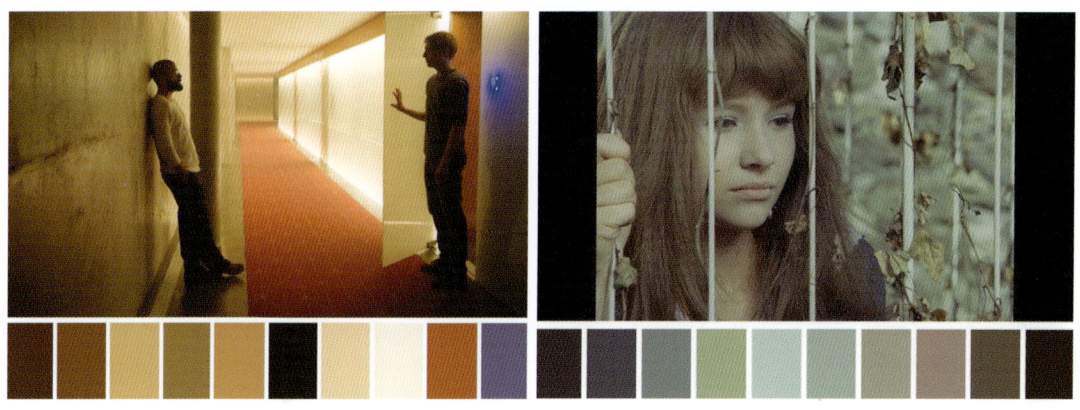

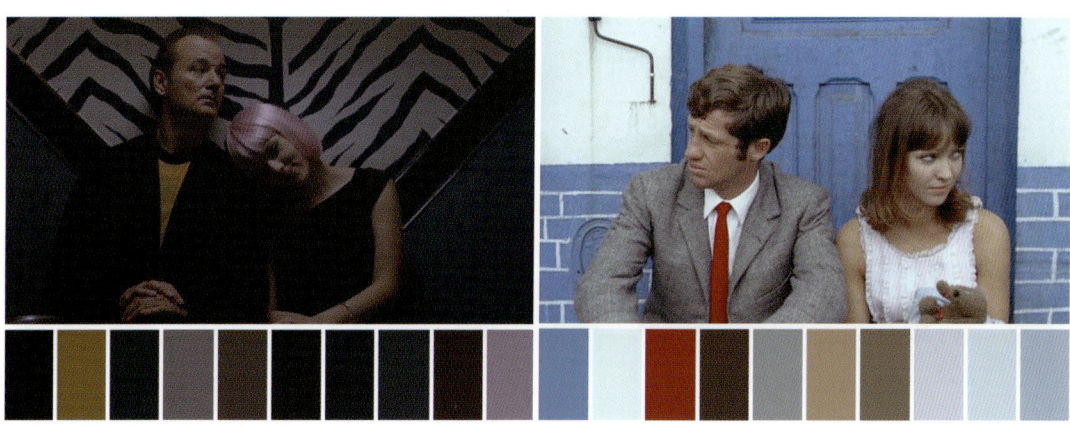

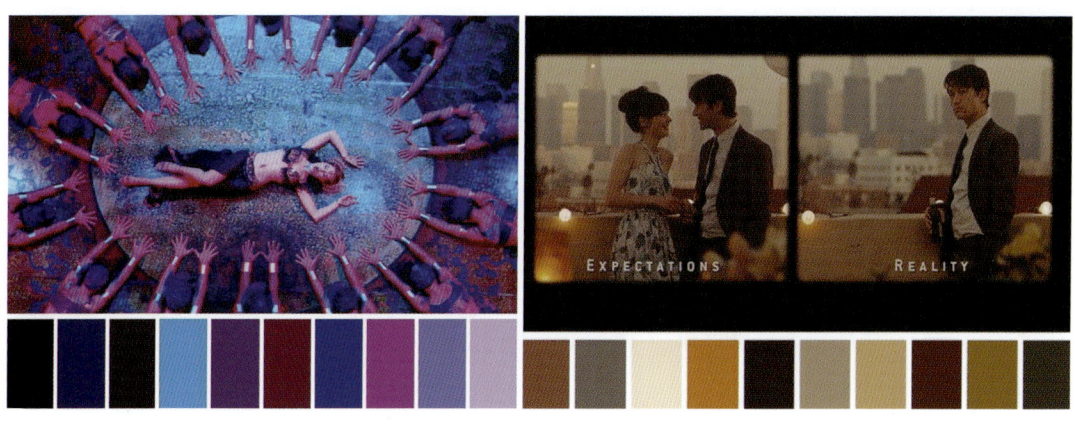

102 டிஜிட்டல் நிறங்கள்

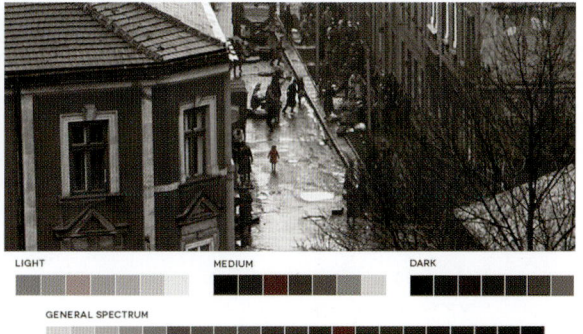

LIGHT
MEDIUM
DARK
GENERAL SPECTRUM

LIGHT
MEDIUM
DARK
GENERAL SPECTRUM

LIGHT
MEDIUM
DARK
GENERAL SPECTRUM

CITIZEN KANE

LIGHT
MEDIUM
DARK
GENERAL SPECTRUM

சி.ஜெ.ராஜ்குமார்-ன் பிற சினிமா தொழில்நுட்ப நூல்கள்...

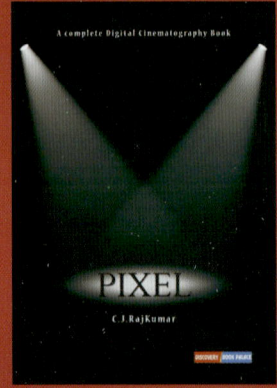
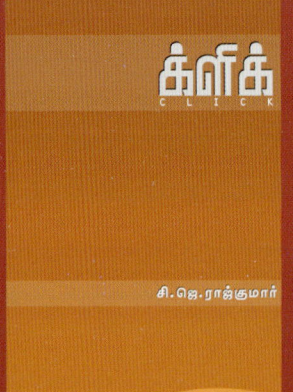

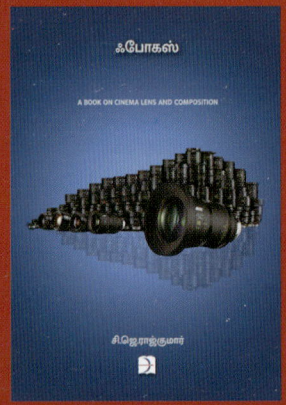
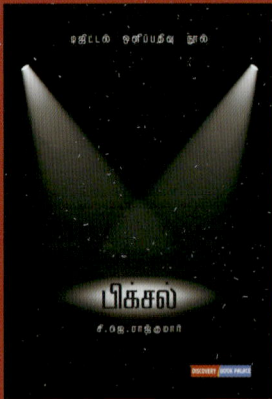